ഇഞാനത്തിന്റെയും
സ്നേഹത്തിന്റെയും കഥകൾ

njanathinteyum snehathinteyum kadhakal

•

k s raman

•

first edition
may 2015

•

typesetting
megha

•

published
chintha publishers, thiruvananthapuram

•

•

cover
midas

•

വിതരണം

ദേശാഭിമാനി ബുക്ക് ഹൗസ്

H O തിരുവനന്തപുരം–695 035
Ph: 0471-2303026, 6063020
www.chinthapublishers.com
chinthapublishers@gmail.com

ബ്രാഞ്ചുകൾ

ഹെഡ്ഡാഫീസ് ബ്രാഞ്ച് കുന്നുകുഴി • സ്റ്റാച്യു തിരുവനന്തപുരം • കെ എസ് ആർ ടി സി ബസ് സ്റ്റേഷൻ ആലപ്പുഴ • കെ എസ് ആർ ടി സി ബസ് സ്റ്റേഷൻ എറണാകുളം • ചിറ്റൂർ റോഡ്, എറണാകുളം • മച്ചിങ്ങൽ ലെയ്ൻ തൃശൂർ • ഐ ജി റോഡ് കോഴിക്കോട് • കെ എസ് ആർ ടി സി ബസ് സ്റ്റേഷൻ കോഴിക്കോട് • എൻ ജി ഒ യൂണിയൻ ബിൽഡിങ് കണ്ണൂർ • സെൻട്രൽ ബസ് ടെർമിനൽ കോംപ്ലക്സ് താവക്കര കണ്ണൂർ

CO - 2194 /3665

ജ്ഞാനത്തിന്റെയും
സ്നേഹത്തിന്റെയും കഥകൾ

കെ എസ് രാമൻ

ചിന്ത പബ്ലിഷേഴ്സ്
തിരുവനന്തപുരം-695 035
വില: ₹ 120

കെ എസ് രാമൻ

പത്രപ്രവർത്തകൻ, എഴുത്തുകാരൻ. മാതൃഭൂമിയുടെ ബാല പ്രസിദ്ധീകരണമായ *ബാലഭൂമിയിൽ* അസിസ്റ്റന്റ് എഡിറ്റ റായിരുന്നു. ഇപ്പോൾ സംഘർഷമേഖലകളിലെ കഥാഖ്യാ നരീതികളെക്കുറിച്ച് പഠനം നടത്തുന്നു.

ഉള്ളടക്കം

കുറുക്കൻ പഠിപ്പിച്ച പാഠം

അറേബ്യയിലെ രാജകുമാരനായിരുന്നു സമീർ. ധൈര്യ ത്തിലും ശക്തിയിലും അവനെ ജയിക്കാൻ അധികമാരുമുണ്ടാ യിരുന്നില്ല. അതുകൊണ്ട്, പിതാവായ സുൽത്താൻ അവനെ പതി നെട്ടാം വയസ്സിൽ തന്നെ സർവ്വസൈന്യാധിപനാക്കി.

ഒരിക്കൽ സുൽത്താൻ ദൂരെയെവിടെയോ യാത്ര പോയി. അപ്പോൾ സമീറിന് ഒരാഗ്രഹം- അയലത്തെ ശത്രു രാജ്യങ്ങളെ ആക്രമിച്ചു തോൽപിക്കണം. ഇതാണ് അതിനു പറ്റിയ അവസ രം. പിതാവു തിരിച്ചു വരുമ്പോൾ തന്റെ പരാക്രമം കണ്ട് അത്ഭു തപ്പെടും, തീർച്ച!

സമീർ ഉടനെ പടയൊരുക്കി. എന്നാൽ ഇതുകണ്ട്, സുൽത്താന്റെ ഉപദേശകനായ സാജ്മാൻ അവനെ എതിർത്തു. പക്ഷേ, സമീർ തന്റെ തീരുമാനത്തിൽ ഉറച്ചു നിന്നു. മാത്രമല്ല, തന്റെ കരുത്തു നേരിൽ കാണിക്കാൻ അവൻ സാജ്മാനേയും നിർബ്ബന്ധിച്ചു കൂടെ കൂട്ടി.

മരുഭൂമിയിലൂടെയായിരുന്നു അവരുടെ യാത്ര. അവർ ഒരി ടത്തു കൂടാരമടിച്ചു. രാവിലെ സാജ്മാൻ കൂടാരത്തിനു പുറത്തി റങ്ങി നിൽക്കുകയായിരുന്നു. സമീർ അദ്ദേഹത്തിന്റെ അടുത്തെ ത്തി.

കൂടാരത്തിനടുത്തുള്ള ഒരു കൊച്ചു മാളത്തിൽനിന്നും ഒരു കുറുക്കൻ പുറത്തു വരുന്നത് അവർ കണ്ടു. തന്റെ നിഴലിനു നേരേ നോക്കി അത് സന്തോഷത്തോടെ ശബ്ദമുണ്ടാക്കി. എന്നിട്ടു ദൂരേക്കു പാഞ്ഞു.

പക്ഷികളുടെയും മൃഗങ്ങളുടെയുമൊക്കെ ഭാഷ അറിയാവു നയാളായിരുന്നു സാജ്മാൻ. അദ്ദേഹം ഇതുകണ്ട് ഒന്നു ചിരി ച്ചു. സമീറിന് അത്ഭുതമായി.

"എന്താ, എന്താണു കാര്യം?" സമീർ ചോദിച്ചു.

"ഒന്നുമില്ല! ഞാനതു പിന്നീടു പറയാം!" സാജ്മാൻ പറ ഞ്ഞു.

വൈകാതെ അവർ വീണ്ടും പുറപ്പെട്ടു. കുറേ ദൂരം സഞ്ചരി ച്ചപ്പോൾ നേരം നട്ടുച്ചയായി. ഏതാനും എണ്ണപ്പനകൾ നിൽക്കുന്ന മരപ്പച്ചയിൽ അവർ വിശ്രമിക്കാനിരുന്നു.

അപ്പോഴാണ് രാവിലെ കണ്ട അതേ കുറുക്കൻ അവശനായി അതിലേ വരുന്നത് സമീർ കണ്ടത്. അവനതു സാജ്മാനെ കാണിച്ചു.

കുറുക്കൻ എന്തോ മുറുമുറുത്തുകൊണ്ടു വേച്ചു വേച്ചു നീങ്ങുകയായിരുന്നു. അല്പനേരം അതു പറയുന്നതു ശ്രദ്ധിച്ച് സാജ്മാൻ വീണ്ടും പൊട്ടിച്ചിരിച്ചു. സമീർ ചോദ്യഭാവത്തിൽ അദ്ദേഹത്തെ നോക്കി.

"പ്രഭോ" സാജ്മാൻ പറഞ്ഞു. "വളരെ വലിപ്പമുള്ള സ്വന്തം നിഴൽ രാവിലെ കണ്ടപ്പോൾ ആ കുറുക്കൻ പറയുകയായിരു ന്നു, അതിന് ഒരൊട്ടകത്തെയെങ്കിലും തിന്നണമെന്ന്! അതിനു വേണ്ടിയാണ് പാവം ആവേശത്തോടെ ഓടി നടന്നത്. എങ്കിലും അതിന് ഒരിരയെപ്പോലും കിട്ടിയില്ല. ഇപ്പോൾ ഈ നട്ടുച്ചയ്ക്ക് അതിന്റെ നിഴൽ വളരെ ചെറുതായല്ലോ. അതു കണ്ടപ്പോൾ അത് അവശനായി പറയുകയാണ്, 'ഒരെലിയെയെങ്കിലും കിട്ടിയെങ്കിൽ!' എന്ന്.... മനുഷ്യന്റെ കാര്യവും അതുപോലെയാണ്. ചെറുപ്പത്തിൽ എന്തും ജയിക്കാനുള്ള കരുത്തുണ്ടെന്നൊക്കെ തോന്നും. പക്ഷേ, അല്പം കഴിയുമ്പോഴേക്കും ഒന്നും കിട്ടാതെ എലിയെ അന്വേ ഷിച്ചു നടക്കുന്ന ആ കുറുക്കന്റെ സ്ഥിതിയാവും!"

സ്വന്തം ശക്തിയിൽ അമിതമായി വിശ്വസിച്ചു യുദ്ധത്തിനു

ചാടിപ്പുറപ്പെട്ട തന്റെ കാര്യമാണു സാജ്മാൻ പറയുന്നതെന്നു സമീറിനു മനസ്സിലായി. അവിവേകമാണ് വാസ്തവത്തിൽ താൻ കാണിക്കുന്നതെന്നും! പിന്നെ താമസിച്ചില്ല, സാജ്മാനോടു മാപ്പു ചോദിച്ച് സമീർ പടയുമായി തിരികെ കൊട്ടാരത്തിലേക്കു യാത്ര യായി.

2
____

തേളിന്റെ ധർമ്മം

കോസലത്തെ രാജാവായിരുന്നു ഉഗ്രസേനൻ. കഷ്ടപ്പെടു ന്നവർക്ക് ഒരു സഹായവും അദ്ദേഹം ചെയ്യില്ല. അങ്ങനെ സഹാ യിച്ചതുകൊണ്ട് ആരുടെയും കഷ്ടപ്പാട് മാറില്ല എന്നാണ് അദ്ദേ ഹത്തിന്റെ വിശ്വാസം.

ഉഗ്രസേനന്റെ മന്ത്രിയായിരുന്നു ജ്ഞാനേശ്വരൻ. ഒരുദിവസം ഒരു തടാകത്തിൽ വലിയ ഒരു തേൾ കിടന്നു പിടയുന്നത് രാജാവും മന്ത്രിയും കണ്ടു. അതിനെ രക്ഷിക്കാനായി ജ്ഞാനേ ശ്വരൻ ഉടനെ വെള്ളത്തിലേക്കിറങ്ങി.

"വേണ്ട, ജ്ഞാനേശ്വരാ" ഉഗ്രസേനൻ വിലക്കി: "ആ ദുഷ്ട ജീവിയെ രക്ഷിക്കണ്ട. വേണമെങ്കിൽ അത് തനിയെ രക്ഷപ്പെട ട്ടെ!"

എന്നാൽ ജ്ഞാനേശ്വരൻ കുനിഞ്ഞ് തേളിനെ കൈയിലെ ടുത്തു. അടുത്തനിമിഷം തേൾ, ജ്ഞാനേശ്വരന്റെ കൈയിൽ വാലു കൊണ്ട് കുത്തി.

"ഹും, ജീവൻ രക്ഷിച്ചതിനു പ്രതിഫലമായി അത് കുത്തി യതു കണ്ടില്ലേ? നന്ദിയില്ലാത്ത ജന്തു! ഉടനെ അതിനെ കൊല്ലൂ!" രാജാവ് ദേഷ്യത്തോടെ പറഞ്ഞു.

പക്ഷേ, ജ്ഞാനേശ്വരൻ തേളിനെ കരയിൽ കൊണ്ടുവന്നുവ യ്ക്കുകയാണു ചെയ്തത്. എന്നിട്ട് അദ്ദേഹം പറഞ്ഞു: "പ്രഭോ,

തേളിന് അറിയില്ല, രക്ഷിക്കാനാണോ കൊല്ലാനാണോ ഞാന
തിനെ എടുത്തതെന്ന്! തന്നെ തൊടുന്നവരെ കുത്താൻ മാത്ര
മാണ് അതിനാകെ അറിയാവുന്നത്. എന്നാൽ എനിക്കറിയാവു
ന്നതാവട്ടെ, അതിനെ രക്ഷിക്കാൻ ശ്രമിക്കലാണ്. മറ്റുള്ളവർ തിരി
ച്ചെന്തു തരുന്നു എന്നു നോക്കിയല്ല കഷ്ടപ്പെടുന്നവരെ നാം
സഹായിക്കേണ്ടത്!"

ദയാലുവായ മന്ത്രിയെ ഉഗ്രസേനൻ അഭിനന്ദിച്ചു. ഇനി മു
തൽ താനും കഷ്ടപ്പെടുന്നവരെ സഹായിക്കുമെന്ന് മനസ്സിൽ
ഉറപ്പിക്കുകയും ചെയ്തു.

3

ദരിദ്രൻ രാജാവ്!

ജനകപുരത്ത് പണ്ട് ജയദേവൻ എന്നൊരു രാജാവുണ്ടായി രുന്നു. അതിശക്തനായ ജയദേവന് എപ്പോഴും ഒരൊറ്റ വിചാര മേയുള്ളൂ – യുദ്ധം ചെയ്യണം; അയൽനാടുകൾ പിടിച്ചെടുക്ക ണം. ഇങ്ങനെ അടുത്തുള്ള മിക്ക രാജ്യങ്ങളും ജയദേവന്റെ കീഴി ലായിക്കഴിഞ്ഞു.

രാജാവിന്റെ ഈ യുദ്ധക്കൊതി എല്ലാവർക്കും മടുത്തു. പക്ഷേ, അക്കാര്യം അദ്ദേഹത്തെ പറഞ്ഞു മനസ്സിലാക്കാൻ ആർക്കും ധൈര്യമുണ്ടായില്ല.

അങ്ങനെയിരിക്കേ ജയദേവൻ മറ്റൊരു രാജ്യത്തേക്ക് പട നയിക്കാനുള്ള പുറപ്പാടായി. രാജഗുരുവായ ക്ഷമാശീലനും മ ന്ത്രിയായ ജരൽക്കാരുവും അദ്ദേഹത്തെ അതിൽനിന്നു പിന്തി രിപ്പിക്കാൻ ശ്രമിച്ചു നോക്കി. പക്ഷേ, കാര്യമൊന്നുമുണ്ടായില്ല.

വൈകാതെ ജയദേവൻ തന്റെ പടയെ നയിച്ചുകൊണ്ട് ശത്രു രാജ്യത്തേക്കു പുറപ്പെട്ടു. മന്ത്രി ജരൽക്കാരുവും അദ്ദേഹത്തോ ടൊപ്പമുണ്ടായിരുന്നു. കുറേ ചെന്നപ്പോൾ മന്ത്രി പറഞ്ഞു: "പ്ര ഭോ, ഇവിടെയടുത്ത് ഒരു സന്ന്യാസിയുണ്ട്. അദ്ദേഹത്തിന്റെ കൈയിൽ ഏതാനും നാണയങ്ങളും. ഈ നാട്ടിലെ ഏറ്റവും പാവ പ്പെട്ടയാൾക്കു മാത്രമേ ആ നാണയങ്ങൾ നൽകൂ എന്നാണ് അദ്ദേഹം പറയുന്നത്."

"ഏറ്റവും ദരിദ്രനെ സന്ന്യാസി എങ്ങനെ കണ്ടുപിടിക്കും?" രാജാവിന് അത്ഭുതമായി. അതറിയാൻ മന്ത്രിയുമൊത്ത് അദ്ദേഹം മുനിയെ കാണാൻ ചെന്നു.

"ഏറ്റവും ദരിദ്രനെ കണ്ടെത്തിയോ?" രാജാവ് ചോദിച്ചു. സന്ന്യാസി ഒന്നു പുഞ്ചിരിച്ചു. എന്നിട്ട് കൈനീട്ടാൻ രാജാവി നോടു പറഞ്ഞു. രാജാവ് കൈ നീട്ടി. ഉടനെ സന്ന്യാസി ആ നാണയങ്ങൾ രാജാവിന്റെ കൈയിലേക്കിട്ടു കൊടുത്തു.

"ങ്ങേ, ഏറ്റവും പാവപ്പെട്ടവൻ ഞാനോ?" രാജാവ് അമ്പര ന്നു.

"ഇല്ലാത്തവരാണല്ലോ കൂടുതൽ വേണമെന്നാഗ്രഹിക്കുക. വിശപ്പുള്ളവൻ ആഹാരം വേണമെന്നാഗ്രഹിക്കും. പണമില്ലാ ത്തവൻ പണം വേണമെന്നും. എന്നാൽ ഇത്രയധികം രാജ്യങ്ങൾ കീഴടക്കിയിട്ടും ഇനിയും കീഴടക്കണമെന്നാണ് അങ്ങയുടെ ആഗ്ര ഹം. തീരെ ദരിദ്രനായതുകൊണ്ടാണല്ലോ അങ്ങതു ചെയ്യുന്ന ത്? അതുകൊണ്ട് നാണയം കിട്ടാൻ ഏറ്റവും യോഗ്യതയുള്ള യാളും അങ്ങു തന്നെ!" സന്ന്യാസി പറഞ്ഞു.

മറുപടിയൊന്നും പറയാനാവാതെ രാജാവ് തല താഴ്ത്തി നിന്നു. അദ്ദേഹത്തിന് തന്റെ തെറ്റു മനസ്സിലായി. അപ്പോഴാണ് സന്ന്യാസി മുടിയും താടിയുമെല്ലാം എടുത്തു മാറ്റിയത്. കൊട്ടാ രത്തിലെ അദ്ദേഹത്തിന്റെ രാജഗുരുവായിരുന്നു അത്!

തന്റെ യുദ്ധക്കൊതിയെപ്പറ്റി തന്നെ പറഞ്ഞു മനസ്സിലാക്കാൻ രാജഗുരുവും മന്ത്രിയും ചേർന്നു നടത്തിയ സൂത്രമാണിതെന്ന് ജയദേവനു മനസ്സിലായി, എങ്കിലും അദ്ദേഹത്തിന് അവരോടു ദേഷ്യമൊന്നും തോന്നിയില്ല. ഇനിയൊരിക്കലും യുദ്ധം ചെയ്യി ല്ലെന്ന പ്രതിജ്ഞയുമായി ജയദേവൻ കൊട്ടാരത്തിലേക്കു മടങ്ങി. മുമ്പു പിടിച്ചെടുത്ത രാജ്യങ്ങളെല്ലാം വൈകാതെ വിട്ടുകൊടു ക്കുകയും ചെയ്തു.

4

ആരാണ് സമർത്ഥൻ?

അമരപുരിയിൽ ഒരു സന്ന്യാസിയുണ്ടായിരുന്നു. അദ്ദേഹ
ത്തിന്റെ ശിഷ്യന്മാരായിരുന്നു രാജകുമാരന്മാരായ വീരബാഹുവും
സോമവർമ്മനും. മഹാഅഹങ്കാരികളായിരുന്നു അവർ.

രാജകുമാരന്മാരോടൊപ്പം മന്ത്രികുമാരനായ മിത്രസേനനും
വിദ്യയഭ്യസിക്കുവാൻ ചേർന്നു. വളരെ സമർത്ഥനും ബുദ്ധിമാ
നുമായിരുന്നു അവൻ. ഗുരു ഉപദേശിച്ചു കൊടുത്ത വിദ്യക
ളെല്ലാം അവൻ വളരെപ്പെട്ടെന്ന് ഹൃദിസ്ഥമാക്കി.

മന്ത്രിയുടെ പുത്രനും തങ്ങളോടൊപ്പം വിദ്യ അഭ്യസിക്കു
വാൻ ചേർന്നത് രാജകുമാരന്മാർക്ക് ഇഷ്ടമായില്ല. ഒരുദിവസം
രാജകുമാരന്മാർ മിത്രസേനനോടു പറഞ്ഞു: "എടാ വിഡ്ഢീ,
ഞങ്ങളുടെയൊപ്പം താമസിച്ചു ഞങ്ങളുടെ ഗുരുവിൽനിന്ന് വിദ്യ
അഭ്യസിച്ചിട്ടു കാര്യമില്ല. തലയ്ക്കകത്തു ബുദ്ധി വേണം. അതു
രാജകുമാരന്മാർക്കു മാത്രമേയുള്ളൂ."

രാജകുമാരന്മാർ മിത്രസേനനെ കളിയാക്കുന്നത് സന്ന്യാസി
കേട്ടു.

അടുത്ത ദിവസം സന്ന്യാസി മൂന്നു ശിഷ്യന്മാരേയും അടു
ത്തു വിളിച്ചു. എന്നിട്ടു പറഞ്ഞു: "അടുത്ത കാട്ടിൽ ഒരു ഗുഹ
യുണ്ട്. അതിനുള്ളിൽ അപൂർവ്വ ശാസ്ത്രങ്ങൾ വിവരിക്കുന്ന ഒരു
മാന്ത്രിക ഗ്രന്ഥമുണ്ട്. നിങ്ങൾ മൂന്നുപേരുംകൂടി പോയി അതെ

ടുത്തു കൊണ്ടുവരണം. പക്ഷേ, കാട്ടിൽ ക്രൂരമൃഗങ്ങൾ ധാരാള മുണ്ട്. അതിനാൽ നിങ്ങൾക്ക് പ്രയോഗിക്കുവാൻ ഏറ്റവും പരിചയമുള്ള ആയുധം കൈയിൽ കരുതിക്കൊള്ളണം!"

ഉടൻ തന്നെ ബീരബാഹു അകത്തുചെന്ന് ഉരുക്കുപിടിയുള്ള ഒരു വലിയ വാളെടുത്തു. സോമവർമ്മൻ എടുത്തത് വമ്പനൊരു കുന്തമായിരുന്നു. എന്നാൽ മിത്രസേനൻ ആയുധമൊന്നും എടുക്കാൻ പോയില്ല.

അതുകണ്ട് ഗുരു ചോദിച്ചു: "മിത്രസേനാ, നീയെന്താണ് ആയുധമൊന്നും എടുക്കാത്തത്?"

ഗുരുവിന്റെ ചോദ്യം കേട്ട് മിത്രസേനൻ വിനയത്തോടെ അറിയിച്ചു: "ഗുരോ, വാളും കുന്തവുമൊന്നും പ്രയോഗിക്കുവാൻ ഞാൻ പഠിച്ചിട്ടില്ലല്ലോ. പ്രയോഗിക്കാനറിയാത്ത ആയുധങ്ങൾ കൈയിൽ കരുതുന്നതുകൊണ്ടെന്തു പ്രയോജനം?"

മിത്രസേനന്റെ വാക്കുകൾ കേട്ട് രാജകുമാരന്മാർ കളിയാക്കി ചിരിച്ചു. എന്നിട്ട് ഗുരുവിനോടു പറഞ്ഞു: "അങ്ങു വിഷമിക്കേ ണ്ട. ഇവനൊരു മണ്ടനാണെങ്കിലും ഞങ്ങളുടെ സതീർത്ഥ്യന ല്ലേ? അപകടമൊന്നും വരാതെ ഞങ്ങൾ നോക്കിക്കൊള്ളാം."

താമസിയാതെ ഗുരുവിന്റെ അനുഗ്രഹം വാങ്ങി അവൻ യാത്ര യായി. യാത്രയിലുടനീളം രാജകുമാരന്മാർ മിത്രസേനനെ കളി യാക്കിക്കൊണ്ടിരുന്നു. അങ്ങനെ അവർ കൊടുങ്കാട്ടിലെത്തി. ഇട തൂർന്ന കാട്ടിലൂടെ മുന്നോട്ടു നടന്നു.

'ഗർർർ....!', പൊടുന്നനെ ഒരു കടുവയുടെ ഗർജ്ജനം കേട്ടു രാജകുമാരന്മാർ നടുങ്ങി. ആയുധമെടുക്കുവാൻ പോലുമാവാതെ അവർ സ്തബ്ധരായി നിന്നു. അപ്പോൾ മിത്രസേനൻ എന്തു ചെയ്തെന്നോ? ഞൊടിയിടയിൽ ഒരു വശത്തേക്കു ചാടി ഒരു മരക്കൊമ്പൊടിച്ചെടുത്തു. അതുകൊണ്ട് കടുവയെ നേരിട്ടു. പിന്നെ ഒരു അത്യുഗ്രൻ പോരാട്ടം തന്നെയാണ് അവിടെ നടന്ന ത്. ഒടുവിൽ മരക്കമ്പുകൊണ്ടുള്ള അടിയേറ്റ് അവശനായ കടുവ അവിടെ നിന്നും പരക്കം പാഞ്ഞു.

അതിനുശേഷം മൂന്നുപേരും കൂടി പോയി ഗുഹ കണ്ടുപിടി ച്ചു. ഗുഹയിലെ മാന്ത്രികഗ്രന്ഥവുമെടുത്ത് സന്ന്യാസിയുടെ മുന്നി ലെത്തി. സംഭവിച്ചതെല്ലാം ജ്ഞാനദൃഷ്ടിയിലൂടെ മനസ്സി ലാക്കിയ സന്ന്യാസി രാജകുമാരന്മാരോടു ചോദിച്ചു: "രാജകു

മാരന്മാരായതുകൊണ്ട് ബുദ്ധിയും ധൈര്യവും ഉണ്ടാവണമെന്നു നിർബ്ബന്ധമില്ലെന്നു മനസ്സിലായില്ലേ? പ്രയോഗിക്കാനറിയാത്ത ആയുധങ്ങൾ കൈയിൽ കരുതിയിട്ടെന്തു ഫലം?"

രാജകുമാരന്മാർ നാണിച്ചു തലതാഴ്ത്തി. പിന്നെ അവർ ഒരിക്കലും മിത്രസേനനെ പരിഹസിച്ചിട്ടില്ല.

5

ചോദ്യവും ഉത്തരവും

വലിയ പണക്കാരനും അഹങ്കാരിയുമായിരുന്നു സോമനാ ഥപ്രഭു. മുന്തിരിച്ചാറുകൊണ്ടുള്ള വീഞ്ഞു കുടിക്കാൻ വലിയ ഇഷ്ടമാണ് പ്രഭുവിന്.

ഒരിക്കൽ പ്രഭു ഒരു സന്ന്യാസിയെ ചെന്നു കണ്ടു. വീഞ്ഞു പോയിട്ട് അത്യാവശ്യം ഭക്ഷണംപോലും കഴിക്കാത്ത ആളായി രുന്നു സന്ന്യാസി.

സന്ന്യാസിയെ ഒന്നു കളിയാക്കാൻ തന്നെ പ്രഭു തീരുമാനി ച്ചു.

"സന്ന്യാസിവര്യാ, എന്നും അൽപ്പം മുന്തിരി തിന്നുന്നതു കൊണ്ട് കുഴപ്പമുണ്ടോ?" പ്രഭു ചോദിച്ചു.

"ഹേയ്, ഇല്ല" സന്ന്യാസി മറുപടി നൽകി.

"അതിൽ അൽപ്പം വെള്ളമൊഴിച്ച് നീരെടുത്താലോ? അതു കുടിക്കാമോ?" പ്രഭു വീണ്ടും ചോദിച്ചു.

"കുടിക്കാമല്ലോ!" സന്ന്യാസി പറഞ്ഞു.

"പക്ഷേ, മുന്തിരിനീരു പുളിച്ചു കഴിഞ്ഞാലോ?"

"അതുകൊണ്ടും കുഴപ്പമില്ല."

അതുകേട്ട് പ്രഭു ഉറക്കെ ചിരിച്ചു. "ഹ! ഹ! മുന്തിരിച്ചാറ് പുളിപ്പിച്ചാണ് വീഞ്ഞെടുക്കുന്നത്. അപ്പോൾ എനിക്കെന്നും വീഞ്ഞു കുടിക്കാം, അല്ലേ?"

ഈ അഹംഭാവിയെ ഒരു പാഠം പഠിപ്പിക്കണമെന്നുതന്നെ സന്ന്യാസി തീരുമാനിച്ചു. അദ്ദേഹം ഒന്നു പുഞ്ചിരിച്ചു. എന്നിട്ട് ചോദിച്ചു: "ഞാനൽപ്പം മൺതരി എടുത്ത് താങ്കളെ എറിഞ്ഞാൽ കുഴപ്പമുണ്ടോ?"

"ഇല്ല" പ്രഭു പറഞ്ഞു.

"അതിൽ അൽപ്പം വെള്ളം ചേർത്താലോ?"

"ഹേയ്, ഒരു കുഴപ്പവുമില്ല!"

"ഓഹോ, എങ്കിൽ മണ്ണിൽ വെള്ളം ചേർത്ത് ഉണക്കിയാണ് ഇഷ്ടികയുണ്ടാക്കുന്നത്. ഇതാ ഇതെടുത്തോളൂ!" സന്ന്യാസി പറഞ്ഞു. കൂടെ, ഒരു ഇഷ്ടികയെടുത്ത് പ്രഭുവിന്റെ നെറ്റി നോക്കി ഒരേറും കൊടുത്തു.

ഏറുകൊണ്ട് പ്രഭുവിന്റെ നെറ്റി മുഴച്ചു. ദേഷ്യംകൊണ്ട് വിറച്ച പ്രഭുവിനെ നോക്കി സന്ന്യാസി പറഞ്ഞു: "വത്സാ, വീഞ്ഞു കുടി ക്കാമോ എന്ന നിന്റെ ചോദ്യത്തിന്റെ ഉത്തരം നിനക്കു കിട്ടിയി ല്ലേ? ഇനി പൊയ്ക്കോളൂ!"

സന്ന്യാസിയുടെ കാൽക്കൽ വീണ് പ്രഭു തന്റെ തെറ്റിന് മാപ്പു ചോദിച്ചു.

6

മറ്റുള്ളവരുടെ ഉപദേശം

ജീമൂതവനത്തിൽ പണ്ട് ഒരു മഹർഷിയുണ്ടായിരുന്നു. ജന്തു ക്കളുടെ ഭാഷ അറിയുന്ന ആളായിരുന്നു അദ്ദേഹം.

ഒരിക്കൽ ആശ്രമത്തിൽ പാവത്താനായ ഒരു കുരങ്ങൻ വന്നെത്തി. അദ്ദേഹം അവനെ നിരവധി നല്ല കാര്യങ്ങൾ പഠിപ്പി ച്ചു. എല്ലാവരോടും വിനയത്തോടെ വേണം പെരുമാറാനെന്നും മറ്റുള്ളവർ പറയുന്ന നല്ല കാര്യങ്ങളെല്ലാം അനുസരിക്കണ മെന്നും ഉപദേശിച്ചു.

അങ്ങനെയിരിക്കെ ഒരു ദിവസം കുരങ്ങൻ ദൂരെയുള്ള തന്റെ ബന്ധുക്കളെ കാണാൻ പുറപ്പെട്ടു. മഴ പെയ്യുമെന്നു പേടിച്ച് മഹർഷിയുടെ ഓലക്കുടയും ചൂടിയായിരുന്നു അവന്റെ യാത്ര.

കുടയുമായിപ്പോകുന്ന കുരങ്ങനെ കണ്ട് മറ്റു ചില കുരങ്ങ ന്മാർ കളിയാക്കി. "ഹേ, കുരങ്ങച്ചാരേ, താനൊരു മണ്ടൻ തന്നെ! വെയിലുള്ളപ്പോൾ മഴ നനയാതിരിക്കാൻ കുടയുമായി ആരെ ങ്കിലും പോകുമോ?" അവർ ചോദിച്ചു.

അതു ശരിയാണെന്ന് കുരങ്ങനു തോന്നി. "പക്ഷേ, ഓല ക്കുട മടക്കിപ്പിടിക്കാനാവില്ലല്ലോ. പിന്നെ എന്തുചെയ്യും?"

അപ്പോൾ മറ്റു കുരങ്ങന്മാർ പറഞ്ഞു: "കുടയിൽ എല്ലാ ഭാഗത്തും ഓരോ ദ്വാരങ്ങളിട്. അപ്പോൾ വെയിൽകൊണ്ട് സുഖ മായി നടക്കാം!"

ഉപദേശംകേട്ട് കുരങ്ങൻ സമ്മതഭാവത്തിൽ തലയാട്ടി. എന്നിട്ട് അപ്പോൾത്തന്നെ അവൻ കുടയിൽ വലിയ കുറേ ദ്വാര ങ്ങളുണ്ടാക്കി. എന്നിട്ട് കുരങ്ങന്മാരെ വണങ്ങി നടത്തം തുടർന്നു.

അപ്പോഴാണ് പൊടുന്നനെ ആകാശം ഇരുണ്ട് മഴ പെയ്ത ത്. കുടയുടെ ദ്വാരത്തിലൂടെ ധാരാളം വെള്ളം വീഴാൻ തുടങ്ങി. പിന്നെ പറയേണ്ടല്ലോ. അവൻ നന്നായി നനഞ്ഞു കുളിച്ചു.

കുരങ്ങന് ശരിക്കും ദേഷ്യം വന്നു. മറ്റുള്ളവരെ അനുസരി ക്കണമെന്നും അവരോടു വിനയത്തോടെ പെരുമാറണമെന്നു മാണ് മഹർഷി ഉപദേശിച്ചിട്ടുള്ളത്. എന്നിട്ടിപ്പോൾ അങ്ങനെ ചെയ്തതിന്റെ ഫലം കണ്ടില്ലേ? അപ്പോൾത്തന്നെ യാത്ര മതി യാക്കി അവൻ തിരികെ ആശ്രമത്തിലെത്തി.

മൃഗങ്ങളുടെ ഭാഷ അറിയാവുന്ന ആളായിരുന്നുവല്ലോ മഹർഷി. കാര്യമറിഞ്ഞപ്പോൾ അദ്ദേഹം ചിരിച്ചുകൊണ്ടു പറ ഞ്ഞു: "മറ്റുള്ളവർ പറയുന്ന എല്ലാ കാര്യങ്ങളും അനുസരിക്ക ണമെന്നല്ല ഞാൻ നിന്നെ പഠിപ്പിച്ചിട്ടുള്ളത്. അവർ പറയുന്ന നല്ല കാര്യങ്ങൾ അനുസരിക്കണമെന്നാണ്! അവരുടെ ഉപദേശം നമുക്ക് ചേർന്നതാണോ എന്ന് ആലോചിക്കേണ്ട കടമ നിന്റേ താണ്. ചീത്തയായ ഒരുപദേശവും ആരും കേൾക്കേണ്ട കാര്യമി ല്ല!"

കുരങ്ങന് താൻ കാണിച്ച മണ്ടത്തരം മനസ്സിലായി. ആലോ ചിച്ചു മാത്രമേ എന്തുകാര്യവും താനിനി ചെയ്യുകയുള്ളൂ എന്ന് അവൻ മനസ്സിലുറപ്പിച്ചു.

7

പഠിക്കാത്ത പാഠം

കൗശാംബിയിൽ പണ്ട് ജ്ഞാനേശ്വരൻ എന്ന ഒരു പണ്ഡി തനുണ്ടായിരുന്നു. കൗശാംബി രാജാവിന്റെ ഉപദേഷ്ടാവായി രുന്നു അദ്ദേഹം.

ജ്ഞാനേശ്വരന് ഒരു ഗുരുകുലമുണ്ട്. ദൂരദേശങ്ങളിൽ നിന്നുള്ള രാജാക്കന്മാരും പ്രഭുക്കന്മാരുമെല്ലാം തങ്ങളുടെ കുട്ടി കളെ ചേർത്തിരുന്നത് അവിടെയാണ്. എല്ലാ വിഷയങ്ങളിലും അറിവുണ്ടാക്കിക്കൊടുക്കാൻ മാത്രമല്ല, അവരെ നല്ല ഗുണങ്ങ ളുള്ളവരാക്കി മാറ്റാനും ജ്ഞാനശീലനറിയാം.

വർഷങ്ങൾ കഴിഞ്ഞപ്പോൾ ഗുരുകുലത്തിന്റെ പ്രശസ്തി വർദ്ധിച്ചു. ജ്ഞാനശീലനാണെങ്കിൽ വയസ്സായിത്തുടങ്ങുകയും ചെയ്തു. രാജാവിന്റെ ഉപദേഷ്ടാവാണല്ലോ അദ്ദേഹം. കൊട്ടാര ത്തിലേയും ഗുരുകുലത്തിലേയും കാര്യങ്ങൾ ഒന്നിച്ചു നോക്കി നടത്തുക അത്ര എളുപ്പമല്ല. അതുകൊണ്ട്, പണ്ഡിതരായ രണ്ട് ആചാര്യന്മാരെ തന്റെ ഗുരുകുലത്തിലേക്കു കൊണ്ടുവരാൻ ജ്ഞാനേശ്വരൻ തീരുമാനിച്ചു.

വിവരമറിഞ്ഞ് ധാരാളം പണ്ഡിതന്മാർ അവിടെയെത്തി. പ്രായംചെന്നവരും യുവാക്കളുമെല്ലാം അക്കൂട്ടത്തിൽ ഉണ്ടായി രുന്നു. ജ്ഞാനേശ്വരൻ ഓരോരുത്തരേയും വിളിച്ച് അവരുടെ അറിവ് എത്രയുണ്ടെന്നു പരീക്ഷിച്ചു നോക്കി.

മൂന്നുപേരാണ് എല്ലാ പരീക്ഷണങ്ങളിലും ഒരുപോലെ വിജ യിച്ചത്. ശതബുദ്ധി എന്ന ഗുരുവും ശിഷ്യനായ വിനയനുമായി രുന്നു അവരിൽ രണ്ടുപേർ. പിന്നെ, ജയേന്ദ്രൻ എന്ന മറ്റൊരു യുവാവും. ഗുരുകുലത്തിൽ രണ്ടുപേരെയേ ആചാര്യന്മാരായി വേണ്ടൂ. ഇവരിൽ ആരെയാണ് വേണ്ടെന്നുവയ്ക്കുക? അദ്ദേഹം കുഴങ്ങി.

ഏതായാലും കൂട്ടത്തിൽ പ്രായം ചെന്ന ശതബുദ്ധിയോടു തന്നെ ഇക്കാര്യം ചോദിക്കാമെന്ന് ജ്ഞാനേശ്വരൻ നിശ്ചയിച്ചു. "ശതബുദ്ധീ, ഈ യുവാക്കളിൽ ആർക്കാണ് ആചാര്യനാവാൻ യോഗ്യത?" അദ്ദേഹം ചോദിച്ചു.

"ജയേന്ദ്രനു തന്നെ!?" ശതബുദ്ധി പറഞ്ഞു.

"ങേ, സ്വന്തം ശിഷ്യനായ വിനയന്റെ കഴിവിൽ താങ്കൾക്ക് വിശ്വാസമില്ലേ?"

ശതബുദ്ധി ഇല്ലെന്നു തലയാട്ടി.

"അതെന്താ ശിഷ്യനെക്കുറിച്ച് ഇത്ര മതിപ്പില്ലാത്തത്? ഞാനേ തായാലും വിനയനെ ഇവിടത്തെ ആചാര്യനാക്കാൻ നിശ്ചയി ച്ചു?" ജ്ഞാനേശ്വരൻ പറഞ്ഞു.

ഇതുകേട്ടപ്പോൾ ശതബുദ്ധിക്കു ദേഷ്യം വന്നു. "ഹും, ഗുരു വായ എന്നോടൊപ്പം എന്റെ ശിഷ്യനായ അവനും വിദ്യ അഭ്യ സിപ്പിക്കുകയോ? ഞാനതു സമ്മതിക്കില്ല!" അയാൾ ആക്രോശി ച്ചു.

അപ്പോൾ ജ്ഞാനേശ്വരൻ പുഞ്ചിരിയോടെ പറഞ്ഞു: "ശത ബുദ്ധീ, വിദ്യ അഭ്യസിച്ചവരെല്ലാം ഒരുപോലെയാണെന്നാണല്ലോ നാം പഠിച്ചിട്ടുള്ളത്. സ്വന്തം ശിഷ്യന്റെ കഴിവിൽ അഭിമാനിക്കു കയാണ് യഥാർത്ഥ ആചാര്യന്മാർ ചെയ്യുക. ആ പാഠംപോലും പഠിക്കാത്ത താങ്കളാണോ കുട്ടികളെ നേർവഴിക്കു നയിക്കുന്ന ത്?"

ശതബുദ്ധി ഒന്നും മിണ്ടാതെ വേഗം സ്ഥലംവിട്ടു. ജ്ഞാനേ ശ്വരൻ രണ്ടു യുവാക്കളേയും ഗുരുകുലത്തിലെ ആചാര്യന്മാരാ ക്കി.

8

ശരിയായ വില

പാടലീപുത്രത്തിൽ പണ്ട് ജ്ഞാനേശ്വരൻ എന്നൊരു പണ്ഡിതനുണ്ടായിരുന്നു. എന്നാൽ താൻ അറിവുള്ളവനാണെ ന്നൊന്നും ഒരിക്കലും അദ്ദേഹം ഭാവിക്കില്ല.

ഒരിക്കൽ ദൂരദേശത്തുനിന്നും ഒരു പണ്ഡിതൻ പാടലീപു ത്രത്തിലെത്തി. തന്നേക്കാൾ അറിവുള്ളവനാണോ ജ്ഞാനേശ്വ രൻ എന്നായിരുന്നു അയാളുടെ സംശയം. അതുകൊണ്ട് ജ്ഞാനേശ്വരനെക്കുറിച്ച് പണ്ഡിതൻ പലരോടും ചോദിച്ചു. സ്വന്തം പാണ്ഡിത്യം പ്രകടിപ്പിക്കുന്നയാളല്ലല്ലോ ജ്ഞാനേശ്വരൻ. അതുകൊണ്ട് ആരും അദ്ദേഹത്തെക്കുറിച്ച് നല്ല അഭിപ്രായം പറ ഞ്ഞില്ല. പണ്ഡിതൻ നേരെ ജ്ഞാനേശ്വരന്റെ അടുത്തെത്തി. എന്നിട്ടു പറഞ്ഞു: "ഹേ, നിങ്ങൾ വലിയ പണ്ഡിതനാണെന്നാ ഞാൻ കരുതിയത്. പക്ഷേ, അന്വേഷിച്ചു നോക്കിയപ്പോഴല്ലേ, നിങ്ങൾക്ക് വലിയ അറിവൊന്നുമില്ല എന്ന സത്യം മനസ്സിലായ ത്!"

ഇതുകേട്ടു പുഞ്ചിരിച്ചുകൊണ്ട് ജ്ഞാനേശ്വരൻ തിളങ്ങുന്ന ഒരു കല്ല് പണ്ഡിതനു നേരെ നീട്ടി. എന്നിട്ടു പറഞ്ഞു: "താങ്കൾ ഒരു ഉപകാരം ചെയ്യണം. ഈ കല്ല് ചന്തയിൽ കൊണ്ടുപോയി വിൽക്കണം. ഒരു സ്വർണ്ണനാണയമെങ്കിലും കിട്ടണമെന്നു മാത്രം!"

പണ്ഡിതൻ സമ്മതിച്ചു. അയാൾ കല്ലുമായി ചന്തയിലെത്തി. തിളങ്ങുന്ന ആ കല്ല് കച്ചവടക്കാരെ കാണിച്ചു. പക്ഷേ, ഏതാനും ചെമ്പുകാശല്ലാതെ സ്വർണ്ണനാണയമൊന്നും കൊടുക്കാൻ ആരും തയ്യാറായില്ല.

കല്ലുമായി തിരികെയെത്തിയ പണ്ഡിതനോട് ജ്ഞാനേശ്വ രൻ പറഞ്ഞു: "രാജധാനിക്കടുത്ത് ഇത്തരം കല്ലുകൾ മാത്രം വ്യാ പാരം നടത്തുന്ന രത്നവ്യാപാരികൾ താമസിക്കുന്നുണ്ട്. അവ രിൽ ഒരാളുടെ അടുത്തു ചെന്ന് ഇതിനെന്തു വില കിട്ടുമെന്ന് ചോദിക്കൂ...."

അങ്ങനെ പണ്ഡിതൻ കല്ലുമായി ഒരു രത്നവ്യാപാരിയുടെ അടുത്തെത്തി. അതു കാണേണ്ട താമസം, വ്യാപാരിയുടെ കണ്ണു കൾ വികസിച്ചു. "അപൂർവ്വമായി മാത്രം കാണുന്ന വിശിഷ്ട മായ ഒരിനം രത്നമാണിത്. ഇതിനു വിലയായി ആയിരം സ്വർണ്ണനാണയമെങ്കിലും മതിക്കും വ്യാപാരി പറഞ്ഞു."

പണ്ഡിതൻ ഇതുകേട്ട് ഞെട്ടിപ്പോയി. അമ്പരപ്പോടെ അയാൾ വേഗം തിരികെയെത്തി. എന്നിട്ടു കാര്യം പറഞ്ഞു.

"താങ്കൾ എന്നെക്കുറിച്ച് പലരോടും ചോദിച്ചല്ലോ. ചന്തയിൽ ഈ രത്നം വിൽക്കാൻ ശ്രമിച്ചതുപോലെയാണ് അത്. യഥാർത്ഥ വില അറിയുന്നവരോടു ചോദിച്ചാലേ എന്തിന്റേയും മഹത്വമറി യൂ?" ജ്ഞാനേശ്വരൻ പറഞ്ഞു. തനിക്കുപറ്റിയ തെറ്റു മനസ്സിലാ ക്കിയ പണ്ഡിതൻ ജ്ഞാനേശ്വരനോടു മാപ്പുചോദിച്ചു.

9
കൊടുത്താൽ കിട്ടും!

കോസലപുരത്തെ രാജാവാണ് വീരവർമ്മൻ. ഒരിക്കൽ പ്രജ കളുടെ ക്ഷേമം കണ്ടറിയാൻ അദ്ദേഹത്തിന് ആഗ്രഹം തോന്നി. വൈകാതെ മന്ത്രിയോടൊപ്പം വീരവർമ്മൻ നാടു ചുറ്റാനിറങ്ങി. തിരിച്ചറിയാതിരിക്കാൻ കച്ചവടക്കാരുടെ വേഷത്തിലായിരുന്നു യാത്ര.

നടന്നു നടന്ന് അവർ ഒരു ചന്തയിലെത്തി. അവിടെ കൂടിനി ന്നിരുന്ന ഗ്രാമീണരിൽ പലരും മന്ത്രിയുടെ മുഖത്തു നോക്കി ചിരിക്കുകയും കുശലം പറയുകയും ചെയ്തു. പക്ഷേ, രാജാ വിനെ നോക്കി ആരും ഒന്നു ചിരിക്കുക പോലും ചെയ്തില്ല. വീരവർമ്മന്റെ മുഖം മങ്ങി. അദ്ദേഹം മന്ത്രിയോടു ചോദിച്ചു: " എന്താ എല്ലാവരും നിങ്ങളെ മാത്രം നോക്കി ചിരിക്കുന്നത്? എന്റെ വേഷത്തിനെന്തെങ്കിലും കുഴപ്പമുണ്ടോ?"

മന്ത്രി വിനയത്തോടെ പറഞ്ഞു: "ഹേയ്! വേഷത്തിനു കുഴ പ്പമൊന്നുമില്ല; മുഖത്തിനാണ് കുഴപ്പം. ഞാൻ എല്ലാവരേയും കാണുമ്പോൾ ചിരിക്കുന്നു. അവരും ചിരിക്കുന്നു. അവർ കുശലം ചോദിക്കുമ്പോൾ ഞാൻ തിരിച്ചും ഓരോന്നു ചോദിക്കുന്നു. പക്ഷേ, അങ്ങയുടെ മുഖത്തെ ഗൗരവം കണ്ടാൽ ആരെങ്കിലും അങ്ങയെ നോക്കി ചിരിക്കുമോ? നാമെന്തു കൊടുക്കുന്നോ അതു

നമുക്കു തിരിച്ചു കിട്ടും!"

വേഷത്തിലോ പദവിയിലോ അല്ല, പെരുമാറ്റത്തിലാണ് കാര്യം എന്ന സത്യം രാജാവ് മനസ്സിലാക്കി.

10

സ്വർണ്ണമാക്കുന്ന വിദ്യ

മലയും കുന്നും ധാരാളമുള്ള ഒരു രാജ്യമായിരുന്നു മാഘ പുരം. അവിടത്തെ രാജാവായിരുന്നു സോമസേനൻ. ദുരാഗ്ര ഹിയും തന്നിഷ്ടക്കാരനുമായിരുന്നു അദ്ദേഹം. സ്വന്തം കാര്യ ത്തിലല്ലാതെ ജനങ്ങളുടെ കാര്യത്തിലൊന്നും രാജാവിന് യാതൊരു ശ്രദ്ധയും ഉണ്ടായിരുന്നില്ല.

രാജാവിന് പ്രധാന കൊട്ടാരം കൂടാതെ പല സ്ഥലങ്ങളി ലായി മൂന്നു കൊട്ടാരങ്ങൾ കൂടിയുണ്ടായിരുന്നു. അവിടേക്കുള്ള രാജവീഥികളൊക്കെ ഗംഭീരമായിട്ടാണ് നിർമ്മിച്ചിരുന്നത്. എന്നാൽ മാഘപുരത്തെ മറ്റെല്ലാ വഴികളുടെയും സ്ഥിതി ഭയങ്ക രമായിരുന്നു. അതിരുകളെല്ലാം ഇടിഞ്ഞ് കുണ്ടും കുഴികളും പാറ ക്കല്ലുകളും നിറഞ്ഞവയായിരുന്നു അവ.

കൊട്ടാരത്തിലെ മന്ത്രിയായ ജീവദത്തനും രാജഗുരുവിനും രാജാവിന്റെ ഈ മനോഭാവം ഒട്ടും ഇഷ്ടമായിരുന്നില്ല. എങ്കിലും സോമസേനനോട് അക്കാര്യം വെട്ടിത്തുറന്നു പറയാൻ അവർ മടിച്ചു. കാരണം, തന്നിഷ്ടക്കാരനായ അദ്ദേഹം ചിലപ്പോൾ അവരെ പുറത്താക്കാൻ പോലും മടിക്കില്ല.

അങ്ങനെയിരിക്കെ ഒരു ദിവസം രാജാവിന് ഒരറിയിപ്പു കിട്ടി. അതിർത്തിയിലെ ഗ്രാമത്തിൽ ഒരിടത്ത് ഒരു സന്ന്യാസി വന്നിട്ടു ണ്ട്. വെറും മണ്ണിനെപ്പോലും സ്വർണ്ണമാക്കാൻ കഴിയുന്ന

ദിവ്യവിദ്യകൾ അറിയാവുന്ന ആളാണദ്ദേഹം!

അവിടെച്ചെന്ന് സന്ന്യാസിയെ കൂട്ടിക്കൊണ്ടു വന്നാൽ, തനിക്ക് ആ വിദ്യ പഠിക്കാൻ കഴിഞ്ഞേക്കും എന്ന് ദുരാഗ്രഹി യായ സോമസേനരാജാവിനു തോന്നി. പിറ്റേന്നു രാവിലെതന്നെ ഒറ്റയ്ക്ക് ഒരു രഥത്തിൽ അദ്ദേഹം അവിടേക്ക് യാത്രയാവുകയും ചെയ്തു.

കുഴികളും പാറക്കല്ലുകളും നിറഞ്ഞ വഴികളിലൂടെ കുലു ങ്ങിക്കുലുങ്ങി രഥം മുന്നോട്ടുപോയി. പലയിടത്തുംവച്ച് രഥം മറിഞ്ഞുവീണു. എങ്കിലും വഴിയെ ശപിച്ചുകൊണ്ട് സോമസേ നൻ യാത്ര തുടർന്നു.

നേരം നട്ടുച്ച കഴിഞ്ഞു. പൊടുന്നനെ വലിയ ഒരു കുഴി യിൽ പെട്ട് രഥത്തിന്റെ ചക്രങ്ങൾ ഊരിത്തെറിച്ചു. ഗതി നഷ്ട പ്പെട്ട കുതിരകൾ വഴിയിൽ വീണ് കിടപ്പായി. സോമസേനൻ ഒരു കണക്കിന് രഥത്തിൽനിന്നു പുറത്തുചാടി.

വിശപ്പും ദാഹവും മൂലം അദ്ദേഹം ആകെ തളർന്നിരുന്നു. വഴിയരികിലാണെങ്കിൽ തണൽമരങ്ങളോ കിണറുകളോ ഉണ്ടാ യിരുന്നില്ല. തന്റെ നാടിന്റെ ഈ കഷ്ടാവസ്ഥയ്ക്കു കാരണം താൻ തന്നെയാണെന്ന് അദ്ദേഹം ലജ്ജയോടെ തിരിച്ചറിഞ്ഞു. സന്ന്യാസിയെ കാണുന്ന കാര്യമെല്ലാം ഉപേക്ഷിച്ച് സോമസേ നൻ കാൽനടയായി തിരികെ കൊട്ടാരത്തിലേക്കു പോയി.

വൈകാതെ, നാട്ടിലെ പാതകളെല്ലാം പുതുക്കിപ്പണിയാനും വഴിയരികിൽ തണൽ വൃക്ഷങ്ങൾ നട്ടുപിടിപ്പിക്കാനും സോമ സേനൻ ഉത്തരവിട്ടു. അതുകണ്ട് ജനങ്ങൾ അദ്ദേഹത്തെ പുക ഴ്ത്തി. അപ്പോൾ മന്ത്രി ജീവദത്തൻ രാജാവിനോടു പറഞ്ഞു: "പ്രഭോ, മണ്ണ് സ്വർണ്ണമാക്കുന്ന വിദ്യ അങ് പഠിച്ചുകഴിഞ്ഞു. ഇതാ ജനങ്ങളുടെ മനസ്സിൽ ഇപ്പോൾ അങ് സ്വർണ്ണം തന്നെ യാണ്!"

സോമസേനനും അതു ശരിവച്ചു.

11
അറിവിന്റെ ബലം

കൗശാംബിയിൽ പണ്ട് ഏകബലൻ എന്ന ഒരു ആചാര്യ നുണ്ടായിരുന്നു. അദ്ദേഹത്തിന് അറിയാത്ത ആയുധവിദ്യകൾ ഉണ്ടായിരുന്നില്ല.

ഏകബലന്റെ ശിഷ്യന്മാരുടെ കൂട്ടത്തിൽ ഉണ്ടായിരുന്ന യുവാ വാണ് ജയനാഥൻ. എന്തു കാര്യവും പെട്ടെന്നു പഠിച്ചെടുക്കാൻ മിടുക്കനായിരുന്നു അവൻ. പഠനം തുടങ്ങി ഏതാനും മാസങ്ങൾ കഴിഞ്ഞപ്പോഴേക്കും ജയനാഥൻ മറ്റെല്ലാവരെക്കാളും മുന്നിലെ ത്തി. ആചാര്യന്റെ ഏറ്റവും പ്രിയപ്പെട്ട ശിഷ്യനായി അവൻ മാറു കയും ചെയ്തു.

വൈകാതെ പഠിപ്പെല്ലാം അവസാനിച്ചു. അതിവിദഗ്ദ്ധനായ ഒരു പോരാളിയായി ജയനാഥൻ ഗുരുകുലത്തിൽനിന്നും പുറ ത്തെത്തി.

അക്കാലത്ത് പലനാടുകളിലും ധാരാളം ആയുധമത്സരങ്ങൾ നടക്കാറുണ്ടായിരുന്നു. ജയനാഥൻ അതിലെല്ലാം പങ്കെടുത്തു. എല്ലാത്തിലും വിജയിക്കുകയും ചെയ്തു.

വർഷങ്ങൾ കടന്നുപോയി. ജയനാഥനെ പേടിച്ച് അഭ്യാസി കളൊന്നും മത്സരത്തിനു വരില്ല എന്ന സ്ഥിതിയായി. തുടർച്ച യായ വിജയങ്ങൾ ജയനാഥനെ തെല്ലൊരഹങ്കാരിയാക്കി മാറ്റി. മറ്റുള്ളവരെപ്പോലെ വിശ്വസിച്ചു--തന്നെ തോല്പിക്കാൻ

ആർക്കും കഴിയില്ലെന്ന്!

അങ്ങനെയിരിക്കെയാണ് കൗശാംബിയിലെ രാജാവ് ഒരു ആയുധമത്സരം സംഘടിപ്പിച്ചത്. ജയനാഥനും അതിൽ പങ്കെടു ക്കാനെത്തി. പക്ഷേ, തന്നെ നേരിടാനെത്തിയ പ്രതിയോഗിയെ കണ്ട് അയാൾ ശരിക്കും അമ്പരന്നു. തന്റെ ഗുരുവായ ഏകബല നായിരുന്നു അത്.

വൈകാതെ മത്സരം തുടങ്ങി. എതിരാളി ഗുരുവാ ണെന്നൊന്നും നോക്കിയില്ല, ജയനാഥൻ ഉഗ്രമായി പൊരുതി.

പക്ഷേ, പറഞ്ഞിട്ടെന്തു കാര്യം? ജയനാഥന് കേട്ടുകേൾവി പോലുമില്ലാത്ത ചില അഭ്യാസങ്ങളാണ് ഗുരു പ്രയോഗിച്ചത്. അതിനെ എങ്ങനെ നേരിടണമെന്നറിയാതെ അയാൾ വിഷമി ച്ചു. വൈകാതെ, ഗുരുവിനു മുന്നിൽ അടിയറവു പറയുകയും ചെയ്തു.

തോറ്റതിൽ സങ്കടപ്പെട്ട് ജയനാഥൻ ഗുരുവിനോടു പറഞ്ഞു: "പ്രഭോ, അങ്ങു ചെയ്തത് ഒട്ടും ശരിയായില്ല. എനിക്കറിയാത്ത മുറകളായിരുന്നു അങ്ങു പ്രയോഗിച്ചത്. അതൊന്നും പഠിപ്പിച്ചു തരാതെ അങ്ങ് എന്നെ ചതിക്കുകയായിരുന്നു!"

ഇതുകേട്ട് ആചാര്യൻ പുഞ്ചിരിച്ചു: "അല്ല, ജയനാഥാ എനിക്ക് അറിയാമായിരുന്നതെല്ലാം ഞാൻ നിന്നെ പഠിപ്പിച്ചിരുന്നു. എന്നാൽ അതിനുശേഷവും പുതിയ അഭ്യാസമുറകളെക്കുറിച്ച് അറിയുമ്പോൾ ഞാനവ പഠിക്കാനും പരീക്ഷിക്കാനും ശ്രമിച്ചി രുന്നു എന്നുമാത്രം. അങ്ങനെ സ്വയം പഠിച്ച അഭ്യാസങ്ങളാണ് ഞാൻ പ്രയോഗിച്ചത്. ഏതു കാര്യമായാലും കൂടുതൽ അറി യാനും അതു സ്വായത്തമാക്കാനും കഴിയുന്നവനേ വിജയമുള്ളൂ. ആയുധങ്ങൾ എപ്പോഴും മൂർച്ചകൂട്ടി വയ്ക്കുന്നതുപോലെയാണ ത്. അതു ചെയ്യാതിരുന്നതാണ് നിന്റെ തോൽവിക്കു കാരണം!"

തന്റെ തെറ്റിൽ ജയനാഥൻ ഗുരുവിനോടു മാപ്പു പറഞ്ഞു.

12

പണവും പാണ്ഡിത്യവും

നന്ദപുരിയിൽ വേദൻ എന്നും ധേനൻ എന്നും പേരുള്ള രണ്ടു പണ്ഡിതന്മാർ ഉണ്ടായിരുന്നു. അറിവിന്റെ കാര്യത്തിൽ തുല്യരായി രുന്നെങ്കിലും സ്വഭാവത്തിൽ അവർ ഒരുപോലെയായിരുന്നില്ല.

പ്രതിഫലമൊന്നും വാങ്ങാതെ പാവപ്പെട്ട കുട്ടികളെ പഠി പ്പിക്കലായിരുന്നു വേദന്റെ ജോലി. ധേനനാകട്ടെ, കൊട്ടാരത്തിൽ രാജാവിന്റെ ഉപദേശകനും.

രാജാവിനെ ഉപദേശിച്ച് സന്തോഷിപ്പിക്കുന്ന ആളല്ലേ? അതു കൊണ്ട് ധേനന് ധാരാളം പണം കിട്ടി. അയാൾ വലിയ ഒരു മാളികവീടു വച്ച് എന്നും സദ്യയുമുണ്ട് സുഖമായി ജീവിച്ചു.

അങ്ങനെയിരിക്കെ ഒരിക്കൽ ധേനൻ വേദന്റെ കൊച്ചുവീട്ടി ലേക്കു ചെന്നു. വേദൻ എങ്ങനെയാണ് ജീവിക്കുന്നത് എന്നറി യുകയായിരുന്നു അയാളുടെ ഉദ്ദേശ്യം.

ധേനൻ ചെല്ലുമ്പോൾ എന്തോ ആഹാരം കഴിക്കുകയായി രുന്നു വേദൻ. അതുകണ്ട് ധേനൻ പുച്ഛത്തോടെ പറഞ്ഞു: "വേ ദാ, എന്നും ഒന്നിനും കൊള്ളാത്ത ഈ ആഹാരം കഴിക്കാൻ നിനക്കു വിഷമമില്ലേ? ദേ, എന്നെപ്പോലെ രാജാവിനെ സന്തോ ഷിപ്പിക്കുന്ന പണി ചെയ്. എന്നും കുശാലായി സദ്യയുണ്ണാം!"

വേദൻ ഇതുകേട്ട് പുഞ്ചിരിച്ചു: "ധേനാ, എപ്പോഴും രാജാ

വിനെ സന്തോഷിപ്പിച്ച് നടക്കാൻ നിനക്കു നാണമില്ലേ! ദേ, എന്നെപ്പോലെ ഉള്ളതു തിന്നു വിശപ്പടക്കാൻ പഠിക്ക്. പിന്നെ രാജാവിനു പിന്നാലെ എറാൻ മൂളി നടക്കേണ്ട കാര്യമേയില്ല!"

വേദന്റെ മറുപടി കേട്ട് ധേനൻ ലജ്ജയോടെ വേഗം സ്ഥലം വിട്ടു.

13

വിജയത്തിന്റെ രഹസ്യം

പണ്ട് ചൈനയിൽ ലിഫു എന്നൊരു മല്ലയുദ്ധവീരനുണ്ടാ യിരുന്നു. വർഷങ്ങളായി മല്ലയുദ്ധത്തിൽ ലിഫുവിനെ തോല്പി ക്കാൻ ആർക്കും കഴിഞ്ഞില്ല. തന്റെ കഴിവു കാണിക്കാനായി അയാൾ എല്ലാ വർഷവും ഗ്രാമദേവാലയത്തിനു മുന്നിൽ മറ്റു മല്ലന്മാരുമായി യുദ്ധം നടത്തും. യുദ്ധത്തിൽ ലിഫുവിനെ തോല്പി ച്ചാൽ ആയിരം സ്വർണ്ണനാണയമാണ് സമ്മാനം! പക്ഷേ, എന്തു കാര്യം? ആർക്കും ലിഫുവിനെ തോല്പിക്കാൻ കഴിഞ്ഞില്ല.

നാലഞ്ചു വർഷങ്ങൾ ഇങ്ങനെ കഴിഞ്ഞുപോയി. ഒടുവിൽ മല്ലയുദ്ധത്തിന് ആരും വരാതായി. തോൽക്കാൻ വേണ്ടി പൊര ുതിയിട്ടെന്തു കാര്യം? ഇതായിരുന്നു മറ്റു മല്ലയുദ്ധവീരന്മാരുടെ വിചാരം.

അങ്ങനെയിരിക്കേ, ലീ എന്നൊരു വീരൻ പൊരുതാനെത്തി. അത്ഭുതമെന്നല്ലാതെ എന്തു പറയാൻ, അയാൾ ലിഫുവിനെ പൊരുതിത്തോൽപ്പിച്ചു! അങ്ങനെ ആയിരം സ്വർണ്ണനാണയവും അയാൾ കൈക്കലാക്കി. ലിഫുവിന് നാണക്കേട് സഹിക്കാൻ കഴി ഞ്ഞില്ല. അയാൾ ആയിരം സ്വർണ്ണനാണയംകൂടി ലീക്കു നൽകി. എന്നിട്ടു ചോദിച്ചു:

"ലീ, നിനക്കെങ്ങനെ എന്നെ തോൽപ്പിക്കാൻ കഴിഞ്ഞു?"

"അതൊരു നിസ്സാര കാര്യമല്ലേ?" ലീ ചിരിച്ചുകൊണ്ടു പറ

ഞു: "പൊരുതാൻ ആരും വരാതായപ്പോൾ അങ്ങ് പരിശീ ലനമെല്ലാം നിർത്തിയെന്നു ഞാൻ മനസ്സിലാക്കി. മാത്രമല്ല, മുമ്പു നടന്ന മല്ലയുദ്ധങ്ങളിലെല്ലാം അങ്ങയുടെ അടവുകൾ ഞാൻ മന സ്സിലാക്കുകയും ചെയ്തു. ശത്രുവിന്റെ കുറവുകൾ കണ്ടെത്തി, അതിനനുസരിച്ച് അടവുകൾ തയ്യാറാക്കിയാൽ അങ്ങയെയല്ല, ലോകത്ത് ആരേയും തോൽപ്പിക്കാം!"

"ചങ്ങാതീ, ഇതുവരെ പഠിക്കാത്ത ഒരു പാഠമാണ് നീയെന്നെ പഠിപ്പിച്ചത്. എന്തായാലും നീ എന്റെ കണ്ണു തുറപ്പിച്ചു!" ഇങ്ങനെ പറഞ്ഞ് ലിഫു ലീയെ കെട്ടിപ്പുണർന്ന് അഭിനന്ദിച്ചു.

14

അശ്രദ്ധ

ഈജിപ്തിൽ പണ്ട് ബാഹ്റി എന്നൊരു മഹാപണ്ഡിതൻ ഉണ്ടായിരുന്നു. ഒരിക്കൽ അവിടത്തെ യുവരാജാവായ സിംബെൽ അദ്ദേഹത്തിന്റെ കീഴിൽ പഠിക്കാനെത്തി.

അപ്പോൾ ബാഹ്റി പറഞ്ഞു: "എപ്പോഴും പഠിപ്പിൽ മാത്രം ശ്രദ്ധിക്കുന്നവരെയേ ഞാൻ ശിഷ്യരാക്കാറുള്ളൂ. യുവരാജാവായ നിനക്ക് പഠിപ്പിൽ വേണ്ടത്ര ശ്രദ്ധിക്കാനാവില്ല. രാജാവാകുന്ന കാര്യത്തെക്കുറിച്ചും സ്വന്തം കുടുംബ മഹിമയെക്കുറിച്ചുമൊക്കെ യാകും നിന്റെ ചിന്ത!"

സിംബലിന് ദേഷ്യവും സങ്കടവുമൊക്കെ വന്നു. "ഒരിക്കലു മില്ല ഗുരോ" അയാൾ പറഞ്ഞു: "യുവരാജാവാണെന്ന കാര്യം പോലും മറന്ന് ഞാൻ ശ്രദ്ധയോടെ പഠിച്ചു കൊള്ളാം."

പക്ഷേ, ബാഹ്റി സമ്മതിച്ചില്ല: "നമുക്കു വേണമെങ്കിൽ ഒരു പരീക്ഷണം നടത്താം" അദ്ദേഹം പറഞ്ഞു. "ഞാൻ കുറേ കാര്യ ങ്ങൾ പറയും. ശരിയായാലും തെറ്റായാലും നീ എല്ലാറ്റിനും 'അ തെ' എന്നു മാത്രമേ ഉത്തരം പറയാവൂ!"

സിംബെൽ സമ്മതിച്ചു. ബാഹ്റി ഉടനെ പറഞ്ഞു: "ഞാൻ സ്വർഗ്ഗത്തിൽ നിന്നു വന്നവനാണ്!"

"അതെ."

"നീ ഒരു മരമണ്ടനാണ്!"

"അതെ."

"ഞാനൊരു നുണയനാണ്!"

"അതെ."

"ഒരു പെരുങ്കള്ളന്റെ മകനാണു നീ!"

"അല്ല" പെട്ടെന്ന് സിംബൽ അറിയാതെ പറഞ്ഞുപോയി: "നല്ലവനായ നെബുക്കഡ് നസാറിന്റെ മകനാണ് ഞാൻ."

ഉടനെ ബാഹ്റി പൊട്ടിച്ചിരിച്ചു: "കണ്ടോ, നിന്റെ ശ്രദ്ധ ഇല്ലാതായത്? 'അതെ' എന്നാണ് എപ്പോഴും ഉത്തരം പറയേണ്ടതെന്ന കാര്യം നീ പെട്ടെന്നു മറന്നു. ഇങ്ങനെയുള്ള നിന്നെ എങ്ങനെ ഞാൻ ശിഷ്യനാക്കും?"

സിംബൽ ലജ്ജയോടെ സ്ഥലം വിടാനൊരുങ്ങി. എങ്കിലും പാവത്താനായ അവനെ കൈവിട്ടില്ല. ഒരു വർഷത്തിനുശേഷം സിംബെലിനെ തന്റെ ശിഷ്യനായി സ്വീകരിച്ചു.

15
രാജാവിന്റെ ചങ്ങാതി

സ്പെയിനിലെ രാജകുമാരനായിരുന്നു ഫെർഡിനന്റ്. അവന് ഒരു കളിക്കൂട്ടുകാരനുണ്ട്– ഹൊറേഷ്യോ. രാജാവിന്റെ ഉപദേശകരിൽ ഒരാളായിരുന്നു ഹൊറേഷ്യോയുടെ അച്ഛൻ. രാജകുമാരനായിരുന്നെങ്കിലും ഫെർഡിനന്റിനെ ഫേർഡീ എന്നാണ് ഹൊറേഷ്യോ സ്നേഹത്തോടെ വിളിച്ചിരുന്നത്.

യുവാവായപ്പോൾ ഫെർഡിനന്റിന്റെ പിതാവു മരിച്ചു. ഫെർഡിനന്റ് രാജാവായി അവരോധിക്കപ്പെട്ടു. അതോടൊപ്പം അല്പം അഹങ്കാരവും ഫെർഡിനന്റിനുണ്ടായി. എങ്കിലും ഹൊറേഷ്യോയുമൊത്ത് കുതിരസ്സവാരിയും വാൾപ്പയറ്റുമൊക്കെ രസത്തോടെ അദ്ദേഹം തുടർന്നുപോന്നു.

ഒരിക്കൽ കുതിരസവാരിക്കിടയിൽ ഫെർഡിനന്റ് കുതിരപ്പുറത്തുനിന്നു വീണു. ഒരു ചെളിക്കുണ്ടിലേക്കായിരുന്നു വീഴ്ച. അതുകണ്ട് ഹൊറേഷ്യോ ഉറക്കെ ചിരിച്ചു.

ഹൊറേഷ്യോയുടെ ചിരി കേട്ട് ഫെർഡിനന്റിന് പതിവില്ലാത്തവിധം ദേഷ്യം വന്നു. രാജാവായ തന്നെ നോക്കി പരിഹസിച്ചു ചിരിക്കുകയോ? "നിർത്ത്! ഇനി നിന്നെ ഇവിടെ കണ്ടുപോകരുത്!" അദ്ദേഹം കല്പിച്ചു.

ഹൊറേഷ്യോ ഇതുകേട്ട് അമ്പരന്നു. ആദ്യമായാണ് ഇത്തരമൊരു ഭാവം ഫേർഡിയിൽ കാണുന്നത്. അവനെന്തോ പറ

യാൻ നോക്കിയെങ്കിലും ഫെർഡിനന്റ് അതൊന്നും കേൾക്കാതെ കോപത്തോടെ തിരികെ പോയി.

ഹൊറേഷ്യാ പിന്നീടവിടെ നിന്നില്ല. കൊട്ടാരത്തിനു പുറത്തുള്ള തന്റെ മാളികയിലേക്കു പോയി. ഒരു മുറിയിൽ കയറി കതകടച്ചു.

കുറേ കഴിഞ്ഞപ്പോൾ രാജാവിന്റെ ദേഷ്യം തണുത്തു. അദ്ദേഹം വേഗം ഹൊറേഷ്യായുടെ മാളികയിലെത്തി. എന്നിട്ട് വാതിലിൽ മുട്ടിക്കൊണ്ടു പറഞ്ഞു: "ഹൊറേഷ്യാ, വാതിൽ തുറക്ക്!"

എന്നാൽ ഹൊറേഷ്യാ വാതിൽ തുറന്നില്ല.

"സ്പെയിനിന്റെ രാജാവായ ഫെർഡിനന്റാണ് പറയുന്നത്. വാതിൽ തുറക്ക്!"

എന്നിട്ടും അവൻ വാതിൽ തുറന്നില്ല.

"സ്പെയിനിന്റെ എല്ലാ പടകളുടെയും ദേവാലയങ്ങളുടെയും അധിപനാണു പറയുന്നത്, വാതിൽ തുറക്ക്!" പക്ഷേ, എന്നിട്ടും കാര്യമുണ്ടായില്ല.

ഫെർഡിനന്റ് രാജാവ് അല്പനേരം ആലോചിച്ചു. എന്നിട്ടു പറഞ്ഞു: "ഹൊറേഷ്യാ, ഇതു നിന്റെ പ്രിയപ്പെട്ട ചങ്ങാതിയായ ഫെർഡിയാണ്. ദയവുചെയ്ത് ഈ വാതിലൊന്നു തുറക്ക്!"

അടുത്തനിമിഷം ഹൊറേഷ്യാ വാതിൽ തുറന്നു. രാജാവ് തന്റെ പ്രിയപ്പെട്ട കൂട്ടുകാരനെ നോക്കി ചിരിച്ചു. രണ്ടുപേരും തോളോടുതോൾ ചേർന്ന് കൊട്ടാരത്തിലേക്കു പോകുകയും ചെയ്തു.

16
ന്യായാധിപന് ശിക്ഷ!

അറേബ്യയിൽ പണ്ട് ഒരു ന്യായാധിപനുണ്ടായിരുന്നു. പേര് കാസിം. മഹാകണിശക്കാരനായിരുന്നു അദ്ദേഹം. ആരെന്തു കുറ്റം ചെയ്താലും കനത്ത ശിക്ഷയാണ് കാസിം വിധിക്കുക. ചെയ്യുന്നതു കുറ്റമാണ് എന്നറിയാതെ പലരും കുറ്റം ചെയ്യാറുണ്ടല്ലോ. അതൊന്നും കേൾക്കാൻ കാസിം തയ്യാറാവില്ല. എത്ര കേണപേക്ഷിച്ചാലും കഴിയാവുന്നത്ര വലിയ ശിക്ഷതന്നെ കുറ്റവാളിക്കു നൽകും!

കണിശക്കാരനായ കാസിമിന്റെ ഈ സ്വഭാവം ഒരിക്കൽ സുൽത്താൻ അറിഞ്ഞു. അദ്ദേഹം കാസിമിനെ ഉപദേശിച്ചുനോക്കി. എങ്കിലും രക്ഷയുണ്ടായില്ല. ന്യായാധിപൻ കാസിം തന്റെ ശിക്ഷാവിധികൾ തന്നെ തുടർന്നു പോന്നു. അങ്ങനെയിരിക്കേ ഒരുദിവസം ന്യായാധിപന്റെ വീട്ടിൽ ഒരു യാചകൻ വന്നെത്തി. ഉടനെ കാസിം അയാൾക്ക് ഭിക്ഷയായി ഒരു ചെമ്പുനാണയമെറിഞ്ഞു കൊടുത്തു. പക്ഷേ, എന്നിട്ടും യാചകൻ പോയില്ല. ദേഷ്യം വന്ന കാസിം ഒടുവിൽ യാചകന്റെ മുഖത്തുനോക്കി മുഷ്ടി ചുരുട്ടി ഇടിച്ചു. പാവം യാചകൻ, കരഞ്ഞു വിളിച്ചുകൊണ്ട് അവിടെനിന്ന് ഓടിപ്പോയി.

കുറേനേരം കഴിഞ്ഞ് കാസിമിനെ കാണാൻ സുൽത്താൻ അവിടെയെത്തി. ആരോ ഇടിച്ചിട്ടെന്നപോലെ സുൽത്താന്റെ മൂക്ക്

വീർത്തിരിക്കുന്നത് ന്യായാധിപൻ ശ്രദ്ധിച്ചു.

"ങ്ങേ? പ്രഭോ, അങ്ങയുടെ മൂക്കിനെന്തുപറ്റി? ആരെങ്കിലും അങ്ങയെ ഉപദ്രവിച്ചോ?" കാസിം രോഷത്തോടെ ചോദിച്ചു.

"പറയാം" സുൽത്താൻ ശാന്തനായി പറഞ്ഞു: "സുൽത്താനെ ഇടിച്ചതിനുള്ള ശിക്ഷ എന്താണ്, കാസിം?"

"ഏറ്റവും ചുരുങ്ങിയത് ആയിരത്തൊന്നു ചാട്ടവാറടി!" കാസിം പറഞ്ഞു: "ആ കുറ്റവാളിയെ ഉടനെ പിടിച്ചുകെട്ടാൻ കല്പിച്ചാലും!"

സുൽത്താൻ ഇതുകേട്ട് പുഞ്ചിരിച്ചു. എന്നിട്ട് പറഞ്ഞു: "എ ങ്കിൽ താങ്കൾ തന്നെ ആ ശിക്ഷ ഏറ്റു വാങ്ങാൻ തയ്യാറായിക്കൊ ള്ളൂ. ഞാനാണ് ഇന്നു രാവിലെ യാചകന്റെ വേഷത്തിൽ ഇവിടെ വന്നത്!"

കാസിം ഇതുകേട്ട് ശരിക്കും വല്ലാതായി. താൻ ആളറിയാതെ ചെയ്ത കുറ്റമാണ് അതെന്നും, തന്നെ ശിക്ഷിക്കരുതെന്നും അദ്ദേഹം സുൽത്താനോട് അപേക്ഷിച്ചു.

നല്ലവനായ സുൽത്താൻ കാസിമിനു മാപ്പുനൽകി. അതോടെ കാസിമിന്റെ മനസ്സു മാറി. സ്വന്തം അവസ്ഥയ്ക്കും ചുറ്റുപാടു കൾക്കും അനുസരിച്ചാണ് പലപ്പോഴും മനുഷ്യർ കുറ്റം ചെയ്യു ന്നതെന്ന് അദ്ദേഹം മനസ്സിലാക്കി. അതുകൂടി കണക്കിലെടുത്തു വേണം അവർക്കു ശിക്ഷ കൊടുക്കാനെന്നും.....

വൈകാതെ, കാസിം, അറേബ്യയിലെ ഏറ്റവും നീതിമാനായ ന്യായാധിപനായി മാറുകയും ചെയ്തു.

17

ആഹാരത്തിന്റെ വില

ഗ്രീസിലെ രാജാവായിരുന്നു നെറോൺ. യുദ്ധവീരനായ അദ്ദേഹം തൊട്ടടുത്തുള്ള രാജ്യങ്ങളെല്ലാം പിടിച്ചടക്കി തന്റെ നാടി നോടു ചേർത്തു. അവിടത്തെ വിലപിടിപ്പുള്ള വസ്തുക്കളെല്ലാം സ്വന്തമാക്കി തന്റെ കൊട്ടാരത്തിലെത്തിക്കുകയും ചെയ്തു.

അങ്ങനെ തന്റെ കഴിവിനെക്കുറിച്ചും വിശാലമായ സാമ്രാ ജ്യത്തെക്കുറിച്ചുമൊക്കെ വളരെ അഭിമാനത്തോടെ കഴിയുകയാ യിരുന്നു നെറോൺ.

അങ്ങനെയിരിക്കേ ദൂരെയൊരു നാട്ടിലേക്ക് കപ്പലിൽ അദ്ദേഹം യാത്ര പുറപ്പെട്ടു. പക്ഷേ അവിടെയെത്തും മുമ്പ് ഭയ ങ്കരമായ കാറ്റിലും കോളിലുംപെട്ട് കപ്പൽ മുങ്ങി. ഒരു മരപ്പലക യിൽ പിടിച്ച് നെറോൺ മാത്രം എങ്ങനെയോ ഒരു ദ്വീപിലെ ത്തി.

ക്ഷീണിച്ച് അവശനായിരുന്നെങ്കിലും നെറോൺ ദ്വീപിൽ ചുറ്റിനടന്നു നോക്കി. അപ്പോഴാണ് ഒരു പാറക്കെട്ടിനരികിലിരുന്ന് ഒരു വൃദ്ധ എന്തോ പാചകം ചെയ്യുന്നത് കണ്ടത്. അദ്ദേഹത്തിന് സമാധാനമായി. അവരുടെ അടുത്തുചെന്ന് അദ്ദേഹം പറഞ്ഞു:

"ഹേ കിഴവിത്തള്ളേ, ഗ്രീസിലെ രാജാവായ നെറോൺ ആണ് ഞാൻ. എനിക്കു വല്ലാതെ വിശക്കുന്നു. കഴിക്കാൻ എന്തെ ങ്കിലും തരൂ. തിരികെ കൊട്ടാരത്തിൽ ചെന്ന് ഞാൻ നിനക്ക് ഒരു

സ്വർണ്ണനാണയം കൊടുത്തയയ്ക്കാം!"

വൃദ്ധ ഇതുകേട്ട് നെറോണിനെ നോക്കി പൊട്ടിച്ചിരിച്ചു. എന്നിട്ടു പറഞ്ഞു: "നിങ്ങൾ ആരായാലും എനിക്കൊന്നുമില്ല. സ്വർണ്ണനാണയമല്ല നിങ്ങളുടെ രാജ്യം തന്നെ തരാമെന്നു പറ ഞ്ഞാലും ഞാൻ ഈ ആഹാരം നിങ്ങൾക്കു തരില്ല. കാരണം രാവിലെ മുതലേ അദ്ധ്വാനിച്ച് ഞാൻ തേടിപ്പിടിച്ച ഭക്ഷണമാ ണിത്!"

ദേഷ്യം വന്നെങ്കിലും നെറോൺ അതടക്കി. കാരണം, വൃദ്ധ യുടെ സഹായമില്ലാതെ ദ്വീപിൽ കഴിയുക അത്ര എളുപ്പമുള്ള കാര്യമല്ലല്ലോ? അതുകൊണ്ട് അൽപ്പമെങ്കിലും ആഹാരം തരാൻ അദ്ദേഹം അവരോട് കെഞ്ചി അപേക്ഷിച്ചു.

വൃദ്ധ തനിക്കുവേണ്ട ആഹാരം ആദ്യം കഴിച്ചു. അതിൽ ബാക്കി വന്ന അൽപ്പം രാജാവിനു നൽകി. വിശന്നു വലഞ്ഞിരി ക്കുകയായിരുന്ന നെറോൺ ആർത്തിയോടെ അത് അകത്താ ക്കി. ഒരല്പം ആഹാരത്തിന്റെ വില എത്രയെന്ന് ആദ്യമായി ആ നിമിഷം അദ്ദേഹം മനസ്സിലാക്കുകയും ചെയ്തു.

പിറ്റേന്നു മുതൽ ആഹാരം സമ്പാദിക്കാൻ നെറോൺ വൃദ്ധയെ സഹായിച്ചു. അത് പാകം ചെയ്യാനും. അങ്ങനെ വെറും ഒരു സാധാരണക്കാരനായി അദ്ദേഹം പണിയെടുത്ത് ഏതാനും നാൾ ആ ദ്വീപിൽ കഴിഞ്ഞു.

പിന്നീട്, അദ്ദേഹത്തെ തിരഞ്ഞ് ഗ്രീസിൽനിന്ന് ഒരു കപ്പൽ ആ ദ്വീപിലെത്തി. വൃദ്ധയോടു യാത്ര പറഞ്ഞ് നെറോൺ കപ്പ ലിൽ കയറി സ്വന്തം രാജ്യത്തേക്കു തിരികെ പോയി. അപ്പോ ഴേക്കും അദ്ദേഹം ആളാകെ മാറിക്കഴിഞ്ഞിരുന്നു. പിടിച്ചെടുത്ത രാജ്യങ്ങളെല്ലാം നെറോൺ തിരികെ നൽകി. ഭരണം സഹോദര ന്മാരെ ഏല്പിച്ച് പാവപ്പെട്ട ജനങ്ങളെ സഹായിക്കാൻ ഇറങ്ങി പുറപ്പെടുകയും ചെയ്തു.

18

അദ്ധ്വാനത്തിന്റെ ഫലം

നൂറ്റാണ്ടുകൾക്കു മുമ്പ് റോമിൽ പ്രശസ്തനായ ഒരു ചിത്ര കാരനുണ്ടായിരുന്നു. ശില്പങ്ങൾ നിർമ്മിക്കുന്നതിലും പ്രഗത്ഭ നായിരുന്നു അദ്ദേഹം. അതുകൊണ്ടുതന്നെ മറ്റു പല ചിത്രകാര ന്മാർക്കും അദ്ദേഹത്തെ ഇഷ്ടമായിരുന്നില്ല.

ഒരിക്കൽ റോമിലെ മാർപ്പാപ്പ ചിത്രകാരനെ വിളിച്ചുവരുത്തി, എന്നിട്ടു പറഞ്ഞു: "ഇവിടെ ഗംഭീരമായ ഒരു ശവകുടീരം പണി യണം. മറ്റെവിടേയും കാണാത്തത്ര മനോഹരമാവണം അത്!"

ചിത്രകാരൻ സമ്മതിച്ചു. അദ്ദേഹം ഉടനെതന്നെ വെണ്ണക്ക ല്ലുകൾ നിറഞ്ഞ ഒരു പാറക്കെട്ടിലേക്കു പോയി. ശവകുടീരത്തി നുവേണ്ട ഓരോ കല്ലും തെരഞ്ഞെടുക്കാൻ തുടങ്ങി.

എന്നാൽ ബ്രെമന്റെ എന്നുപേരായ മറ്റൊരു ചിത്രകാരന് ഇത് കണ്ട് അസൂയ സഹിച്ചില്ല. അയാൾ മാർപ്പാപ്പയെ ചെന്നുകണ്ടു. പൊടിപ്പും തൊങ്ങലും വച്ച പല കാര്യങ്ങളും പറഞ്ഞ് ശവകു ടീരം പണിയേണ്ടതില്ലെന്ന് സമ്മതിപ്പിച്ചു.

വെണ്ണക്കല്ലുകളും മറ്റുമായി തിരികെയെത്തിയ ചിത്രകാരൻ, മാർപ്പാപ്പയുടെ തീരുമാനം കേട്ട് ശരിക്കും അമ്പരന്നുപോയി. പക്ഷേ, എന്തു ചെയ്യാൻ? ഒടുവിൽ പണിയെല്ലാം ഉപേക്ഷിച്ച് അദ്ദേഹം സ്ഥലംവിട്ടു.

അങ്ങനെയിരിക്കെയാണ് മാർപ്പാപ്പക്ക് മറ്റൊരാശയം തോന്നി

യത്. സിസ്റ്റൈൻ എന്ന പടുകൂറ്റൻ ദേവാലയം മുഴുവൻ ചിത്ര
ങ്ങൾകൊണ്ട് അലങ്കരിച്ചാലെന്താ? ബ്രെമന്റെയ്ക്കും അതു
കൊള്ളാമെന്നു തോന്നി. കാരണം, നിരവധി വർഷങ്ങൾ രാപ്പ
കൽ അദ്ധ്വാനിച്ചാലേ ചിത്രങ്ങളുടെ പണി തീരൂ. ഭംഗിയുണ്ടാ
വില്ലെന്നതോ പോകട്ടെ, ചിലപ്പോൾ മുഴുവനാക്കാനും കഴിയു
കയില്ല! അതുകൊണ്ട് പഴയ ആ ചിത്രകാരനെ തന്നെ ആ പണി
ഏല്പിക്കണമെന്ന് ബ്രെമന്റെ മാർപ്പാപ്പയോട് അപേക്ഷിച്ചു.

ചിത്രകാരന് ബ്രെമന്റെയുടെ ചതി മനസ്സിലായി. എങ്കിലും
അദ്ദേഹം കുലുങ്ങിയില്ല. മാർപ്പാപ്പയുടെ ആഗ്രഹം സാധിച്ചു
കൊടുക്കാമെന്ന് സമ്മതം മൂളി.

വളരെ മെല്ലെ, ക്ഷമയോടെ ചിത്രകാരൻ ദേവാലയത്തിലെ
തൂണുകളും ചുവരുകളും മകുടങ്ങളുമെല്ലാം ചിത്രങ്ങൾകൊണ്ട്
അലങ്കരിക്കാൻ തുടങ്ങി. മാസങ്ങളും വർഷങ്ങളും കടന്നുപോ
യി. എന്നാൽ അതൊന്നും വകവയ്ക്കാതെ അദ്ദേഹം രാപ്പകൽ
അദ്ധ്വാനിച്ചു. ഒടുവിൽ അതെല്ലാം തീർന്നപ്പോഴോ, ലോകത്തിലെ
ഏറ്റവും മനോഹരമായ ചിത്രപ്പണികളുള്ള ദേവാലയമായി മാറി
അത്! അദ്ദേഹമാകട്ടെ, ഏറ്റവും മഹാനായ ചിത്രകാരനും!

കഠിനാദ്ധ്വാനത്തിലൂടെ വിജയം നേടാമെന്നു തെളിയിച്ച ആ
ചിത്രകാരൻ ആരെന്നല്ലേ? ലോകപ്രസിദ്ധ ചിത്രകാരനും ശില്പി
യുമായ മൈക്കലാഞ്ചലോ തന്നെ!

19

ഏറ്റവും വിലയുള്ള വസ്തു

മൻസൂർ അലി എന്ന സുൽത്താനാണ് പണ്ട് ബാഗ്ദാദ് ഭരി ച്ചിരുന്നത്. അദ്ദേഹത്തിന് രത്നക്കല്ലുകളോടും ആഭരണങ്ങ ളോടും പട്ടുവസ്ത്രങ്ങളോടുമെല്ലാം വലിയ കമ്പമായിരുന്നു. അതിനായി എത്രയേറെ പണം ചെലവഴിക്കാനും സുൽത്താന് മടിയുണ്ടായിരുന്നില്ല.

സുൽത്താന്റെ മന്ത്രിയായിരുന്ന അഹമ്മദിന് ഇതൊട്ടും ഇഷ്ട മായിരുന്നില്ല. "പ്രഭോ, അങ്ങ് ഒരു സുൽത്താന് ചേർന്ന വിധ ത്തിൽ വേഷങ്ങൾ അണിയുന്നതുകൊണ്ട് കുഴപ്പമൊന്നുമില്ല. പക്ഷേ, വിലകൂടിയ വസ്തുക്കൾ ആവശ്യത്തിൽ കൂടുതൽ ആരും സമ്പാദിച്ചു കൂട്ടരുത് എന്നാണെന്റെ അഭിപ്രായം. കാരണം, ചില സമയങ്ങളിൽ അവയ്ക്ക് ഒട്ടും തന്നെ വിലയില്ലാത്തതായി നമുക്കു തോന്നും!"

അതു കേൾക്കുമ്പോൾ സുൽത്താൻ പുച്ഛത്തോടെ ചിരിക്കു കയേ പതിവുള്ളൂ. "അതെങ്ങനെ?" അദ്ദേഹം ചോദിക്കും: "വില യുള്ള വസ്തുക്കൾക്ക് എല്ലായ്പ്പോഴും വിലയുണ്ടാകും. ആർക്കാണ് അത് വിലയില്ലാത്തതായി തോന്നുക?"

അങ്ങനെയിരിക്കെ സുൽത്താൻ ദൂരേക്കുള്ള രാജ്യങ്ങളി ലേക്ക് ഒരു യാത്ര നടത്തി. മന്ത്രിയായ അഹമ്മദിനേയും അദ്ദേഹം കൂടെ കൂട്ടി. വലിയ ഒരു പായ്ക്കപ്പലിലായിരുന്നു അവരുടെ യാത്ര.

പല രാജ്യങ്ങളിലും അവർ ചെന്നെത്തി. അവിടങ്ങളിൽ നിന്നെല്ലാം സുൽത്താൻ രത്നവും പവിഴവും മുത്തും വിശേഷ പ്പെട്ട വസ്ത്രങ്ങളുമൊക്കെ വാങ്ങിച്ചു.

വൈകാതെ, യാത്ര മതിയാക്കി അവർ സ്വന്തം നാട്ടിലേക്കു തിരിച്ചു. അപ്പോഴാണ് കൊടുങ്കാറ്റും പേമാരിയും ആരംഭിച്ചത്. വീശിയടിച്ച കാറ്റിൽ നിയന്ത്രണം നഷ്ടപ്പെട്ട പായ്ക്കപ്പൽ, പാറ ക്കൂട്ടങ്ങൾ നിറഞ്ഞ ഒരിടത്തേക്ക് നീങ്ങി. പാറകളിൽ തട്ടി കപ്പൽ തകരുമെന്ന് അവർക്ക് ഉറപ്പായി. കപ്പിത്താനും മറ്റും എത്ര ശ്രമി ച്ചിട്ടും കപ്പലിനെ നേരെ നിർത്താൻ കഴിഞ്ഞില്ല.

ഒടുവിൽ കപ്പൽ മുങ്ങിത്താഴുമെന്ന നിലയായി. കപ്പലിൽ സൂക്ഷിച്ചിരുന്ന വഞ്ചികൾ കടലിൽ ഇറക്കി രക്ഷപ്പെടുക മാത്രമേ ഇനി വഴിയുള്ളൂ എന്ന് എല്ലാവർക്കും മനസ്സിലായി. അതനുസ രിച്ച് കപ്പിത്താനും കൂട്ടരും വഞ്ചികൾ കടലിലേക്കിറക്കി.

"പ്രഭോ" അഹമ്മദ് സുൽത്താനോടു പറഞ്ഞു: "വഞ്ചിയിൽ അധികം ഭാരം കയറ്റുന്നത് അപകടമാണ്. അതുകൊണ്ട് ഏറ്റവും വില പിടിച്ചതെന്ന് അങ്ങേയ്ക്കു തോന്നുന്ന വസ്തുക്കൾ മാത്രം എടുത്തോളൂ!"

അതുവരെ പേടിച്ചിരിക്കുകയായിരുന്ന സുൽത്താൻ തലയാ ട്ടി. അദ്ദേഹം സംഭരിച്ച വസ്തുക്കൾ ഓരോന്നായി എടുത്തുനോ ക്കി ആലോചിച്ചു. പക്ഷേ, നടുക്കടലിൽ മരണത്തെ മുഖാമുഖം കണ്ടുനിൽക്കുന്ന അദ്ദേഹത്തിന് അതൊന്നും വിലയുള്ളതായി തോന്നിയില്ല. പകരം മറ്റൊന്നാണ് തനിക്കേറ്റവും പ്രിയപ്പെട്ടതായി സുൽത്താനു തോന്നിയത്. വലിയ ഒരു കൂടയിൽ നിറച്ചുവച്ച പഴങ്ങളായിരുന്നു അത്! വളരെനാൾ കടലിൽ കഴിയേണ്ടിവന്നാൽ വിശപ്പു മാറ്റാൻ അവ ഉപകരിക്കുമെന്ന് അദ്ദേഹം ഓർത്തു.

വിലപിടിച്ച വസ്തുക്കളെപ്പറ്റി അഹമ്മദ് പറയാറുള്ളതിന്റെ അർത്ഥം അപ്പോഴാണ് സുൽത്താനു മനസ്സിലായത്. ആകെ ആ പഴക്കുട മാത്രം കൈയിലെടുത്ത് സുൽത്താൻ മന്ത്രിയോടൊപ്പം വഞ്ചിയിലേക്കിറങ്ങുകയും ചെയ്തു.

20

പുൽക്കൂട്ടിലെ രണ്ടാമൻ

റഷ്യയിൽ ഒരിടത്ത് ഒരാൺകുട്ടിയുണ്ടായിരുന്നു. പേര് മിഷ. അഞ്ചോ ആറോ വയസ്സേ അവനു പ്രായമുള്ളൂ.

മിഷയ്ക്ക് അച്ഛനും അമ്മയും ഉണ്ടായിരുന്നില്ല. എങ്ങനെ യാണ് അവർ മരിച്ചതെന്നും അവനറിയില്ലായിരുന്നു. അതു കൊണ്ട് തന്നെപ്പോലുള്ള കുറേ കുട്ടികളോടൊപ്പം ഒരു അനാ ഥാലയത്തിലാണ് മിഷ കഴിഞ്ഞിരുന്നത്.

അങ്ങനെയിരിക്കെ, ക്രിസ്മസ് വരവായി. മരങ്ങളും നക്ഷത്ര വിളക്കുകളുംകൊണ്ട് വീടുകളും കടകളും അലങ്കരിക്കപ്പെട്ടു. എന്നാൽ മിഷയുടെ അനാഥാലയത്തിൽ അതൊന്നുമുണ്ടായി രുന്നില്ല.

അപ്പോഴാണ് അവരെ കാണാനും സന്തോഷിപ്പിക്കാനുമായി ദൂരത്തുനിന്നും രണ്ട് സ്ത്രീകൾ അവിടെയെത്തിയത്. കുട്ടി കൾക്കെല്ലാം അവർ കൊച്ചു കൊച്ച് സമ്മാനങ്ങൾ നൽകി. പുൽക്കൂട്ടിൽ പിറന്ന ഉണ്ണിയേശുവിന്റേയും സമ്മാനങ്ങളുമായെ ത്തിയ മൂന്നു രാജാക്കന്മാരുടെയുമൊക്കെ കഥകൾ പറഞ്ഞുകൊ ടുത്തു. എന്നിട്ട് കടലാസുകൊണ്ട് ചെറിയ പുൽക്കുടുണ്ടാക്കു ന്നത് എങ്ങനെയെന്ന് അവർ കുട്ടികളെ കാണിച്ചു.

മിഷയും കൂട്ടുകാരും ഉത്സാഹത്തോടെ പുൽക്കുടുണ്ടാക്കാൻ

തുടങ്ങി. കടലാസ് നീളത്തിൽ കൊച്ചുതുണ്ടങ്ങളാക്കി അവർ മുറിച്ചു. അതും വയ്ക്കോലും ചേർത്ത് പുൽക്കൂടുകൾ ഉണ്ടാക്കി. പഴയ, കട്ടിയുള്ള തൊപ്പികളിൽനിന്നും ഉണ്ണിയേശുവിന്റെ രൂപം വെട്ടിയെടുത്ത് പുൽക്കൂട്ടിൽ വച്ചു. പിന്നെ നിറമുള്ള തുവാലകൾകൊണ്ട് കുഞ്ഞിനെ പുതപ്പിച്ചു....

അപ്പോഴാണ് ആ സ്ത്രീകൾ ഒരു കാര്യം ശ്രദ്ധിച്ചത്: മിഷയുണ്ടാക്കിയ പുൽക്കൂട്ടിൽ ഒന്നല്ല, രണ്ട് ഉണ്ണികളെ വച്ചിരിക്കുന്നു! അതിൽ ഒരെണ്ണം എടുത്തുമാറ്റാൻ അവർ പറഞ്ഞെങ്കിലും അവൻ സമ്മതിച്ചില്ല.

"അതെന്താ എടുത്തുമാറ്റിയാൽ? ഉണ്ണിയേശു ഒന്നല്ലേ ഉള്ളൂ?" അവർ ചോദിച്ചു.

"അതേ" മിഷ പറഞ്ഞു: "പക്ഷേ, ഇതിലൊന്ന് ഉണ്ണിയേശു വല്ല!"

"പിന്നെ?" സ്ത്രീകൾ തിരക്കി.

"അതോ?" അവൻ പറയാൻ തുടങ്ങി: "ഉണ്ണിയേശു ജനിച്ച പ്പോൾ ഞാനും അവിടെ ചെന്നിരുന്നു. അപ്പോൾ യേശു എന്നോട് എവിടെയാണ് താമസിക്കുന്നതെന്ന് ചോദിച്ചു. ഞാൻ പറഞ്ഞു, എനിക്ക് വീടും അച്ഛനും അമ്മയും ഒന്നും ഇല്ലെന്ന്. മറ്റുള്ളവരെപ്പോലെ എന്റെ കൈയിൽ സമ്മാനങ്ങൾ ഇല്ലെന്നും ഞാൻ പറഞ്ഞു."

അപ്പോഴേക്കും മിഷയുടെ കണ്ണിൽ വെള്ളം നിറഞ്ഞു തുടങ്ങിയിരുന്നു. എങ്കിലും അത് സാരമാക്കാതെ അവൻ തുടർന്നു: "ഉണ്ണിയേശുവിന് എന്തെങ്കിലും ഉപകാരം ചെയ്യാൻ എനിക്ക് പറ്റുമോ എന്ന് ഞാൻ ആലോചിച്ചു. 'ഞാൻ അടുത്തു കിടന്നാൽ ഉണ്ണിയേശുവിന് ചൂടു കിട്ടില്ലേ' എന്ന് ഞാൻ ചോദിച്ചു. അപ്പോൾ ഉണ്ണിയേശു എന്നോട് പറഞ്ഞു: 'ഞാ, അങ്ങനെ ചൂടുതന്ന് ഇവിടെ കിടക്കുന്നതാ എനിക്ക് പറ്റിയ നല്ല സമ്മാനം!' എന്ന്. അങ്ങനെ ഞാനും പുൽക്കൂട്ടിൽ ചെന്നു കിടക്കുന്നതാണ് ഈ രണ്ടാമത്തെ ഉണ്ണി!"

മിഷ പറഞ്ഞതുകേട്ട് അവർ ഒരുനിമിഷം തരിച്ചു നിന്നു.

എപ്പോഴും തന്നെ സ്നേഹിക്കുന്ന ഒരു കൂട്ടുകാരനെയാണ് ഉണ്ണി യേശുവിൽ മിഷ കണ്ടെത്തിയതെന്ന് അവർക്ക് മനസ്സിലായി. പുൽക്കൂട്ടിലെ രണ്ടാമനെ അതേപോലെ വയ്ക്കാൻ അവർ മിഷയ്ക്ക് അനുവാദം നൽകുകയും ചെയ്തു.

21
യഥാർത്ഥ അവകാശി

അംശകപുരത്തെ രാജാവായിരുന്നു ചിത്തിരസിംഹൻ. അദ്ദേഹത്തിന് ബുദ്ധിമാനായ ഒരു മന്ത്രിയുണ്ട്–സൂര്യകേതു. എത്ര വിഷമംപിടിച്ച പ്രശ്നത്തിനും പരിഹാരം കാണാൻ മഹാമിടുക്കനായിരുന്നു സൂര്യകേതു.

ഒരുദിവസം മൂന്നു ശിൽപ്പികൾ കൊട്ടാരത്തിലെത്തി. ഒരാളുടെ കൈയിൽ സിംഹത്തല കൊത്തിയ ഒരു മരപ്രതിമയുണ്ട്. ശിൽപ്പികളിൽ ഒരാൾ പറഞ്ഞു: "തിരുമേനീ, ഞാനാണ് ശിൽപ്പിയായ ചക്രകേതു. രണ്ടാമൻ സുബാഹു. മൂന്നാമതായി നിൽക്കുന്നത് വീരകേതു. ഈ പ്രതിമയുടെ യഥാർത്ഥ അവകാശി ഞാനാണ്. മറ്റുള്ള രണ്ടുപേരും പ്രതിമയ്ക്കുവേണ്ടി എന്നോടു തർക്കിക്കുകയാണ്. നീതി നടപ്പാക്കി പ്രതിമ എനിക്കു വിട്ടു തന്നാലും!" ഇത്രയും പറഞ്ഞ് ചക്രകേതു സിംഹപ്രതിമ രാജാവിന്റെ കൈയിൽ കൊടുത്തു.

രാജാവിന്റെ അടുത്ത് മന്ത്രിയായ സൂര്യകേതു നിൽപ്പുണ്ടായിരുന്നു. ചിത്തിരമന്ത്രി, സിംഹ രാജാവ് പ്രതിമ മന്ത്രിയുടെ കൈയിൽ കൊടുത്തു. "സുന്ദരമായ ഈ പ്രതിമ യഥാർത്ഥ അവകാശിക്കുതന്നെ നൽകണം!" രാജാവു പറഞ്ഞു.

മന്ത്രി പ്രതിമയുമായി ഒന്നും മിണ്ടാതെ കൊട്ടാരത്തിനകത്തേക്ക് പോയി. കുറേക്കഴിഞ്ഞ് പ്രതിമയുമായി തിരികെ എത്തി.

എന്നിട്ട് ശില്പ്പിയായ സുബാഹുവിനോടു ചോദിച്ചു. "ഈ പ്രതി മയ്ക്കുള്ളിൽനിന്ന് കുറേ സ്വർണ്ണനാണയങ്ങൾ കിട്ടി. അത് എത്ര നാണയങ്ങളുണ്ടെന്നു കൃത്യമായി പറഞ്ഞാൽ പ്രതിമ താങ്കൾക്കു തന്നെ കിട്ടും!"

ഒന്നു പരുങ്ങിയെങ്കിലും സുബാഹു പറഞ്ഞു: "പത്ത്!" എന്നാൽ അതിന് മന്ത്രി മറുപടി പറഞ്ഞില്ല. പകരം ശില്പ്പി കളിൽ അടുത്തയാളായ വീരകേതുവിന്റെ അടുത്തെത്തി ചോദ്യം ആവർത്തിച്ചു. നാണയങ്ങൾ! "പതിനെട്ട്" വീരകേതു ഉത്തരം നൽകി.

ഒടുവിൽ പ്രതിമയുമായെത്തിയ ചക്രകേതുവിന്റെ അടു ത്തെത്തി മന്ത്രി ചോദ്യം ആവർത്തിച്ചു. കൈകൂപ്പിക്കൊണ്ട് ചക്ര കേതു പറഞ്ഞു: "മന്ത്രിയങ്ങുന്നേ, അതിൽ സ്വർണ്ണനാണയങ്ങളേ ഇല്ലായിരുന്നു. രണ്ടു ചെമ്പുനാണയം മാത്രമേ ഉണ്ടായിരുന്നു ള്ളൂ!"

ചക്രകേതുവിന്റെ മറുപടി കേട്ടപ്പോൾ മന്ത്രിയായ സൂര്യകേ തുവിന് സന്തോഷമായി.

"തിരുമേനീ, പ്രതിമയുടെ യഥാർത്ഥ അവകാശി ചക്രകേ തുവാണ്. കള്ളനെ പിടികൂടാൻ വേണ്ടിയാണ് പ്രതിമയ്ക്കുള്ളിൽ ഞാൻ സ്വർണ്ണനാണയമാണെന്നു പറഞ്ഞത്!" അദ്ദേഹം പറ ഞ്ഞു.

പ്രതിമ ചക്രകേതുവിന് കൊടുക്കാൻ രാജാവ് കല്പിച്ചു. ചതി യന്മാരായ സുബാഹുവിനും വീരകേതുവിനും ചെറിയ ശിക്ഷ നല്കാനും അദ്ദേഹം മറന്നില്ല.

22

സമ്മാനത്തിന്റെ രഹസ്യം

ഗോൽക്കൊണ്ടയിലെ നാട്ടുരാജാവായിരുന്നു നവാബ് മുഹ മ്മദ് കാസിം. ഒരുദിവസം മഹാദരിദ്രനായ ഒരു വൃദ്ധൻ നവാ ബിനെ കാണാനെത്തി. വൃദ്ധന്റെ കൈയിൽ ഒരു കൂടനിറയെ മാമ്പഴമുണ്ടായിരുന്നു. കണ്ടാൽ, കൊതി തോന്നുന്ന ആ മാമ്പഴം മുഴുവൻ അയാൾ നവാബിനു കാഴ്ചവച്ചു.

വൃദ്ധനെ കണ്ടപ്പോൾ എന്തോ ഓർത്തുകൊണ്ട് നവാബ് പുഞ്ചിരിച്ചു. എന്നിട്ട് മാമ്പഴത്തിനു പകരമായി ഒരു കൂട നിറയെ സ്വർണ്ണനാണയം സമ്മാനമായി നൽകി.

വൃദ്ധൻ മാത്രമല്ല, സേവകന്മാരും ഇതുകണ്ട് അമ്പര ന്നുപോയി. ഒരു കൂട മാമ്പഴത്തിന് അത്രയും സ്വർണ്ണ നാണയ ങ്ങളോ? ഏതായാലും നവാബിന്റെ ഈ ദാനത്തെക്കുറിച്ച് വൈകാതെ നാടു മുഴുവൻ അറിഞ്ഞു.

പിന്നെ താമസമുണ്ടായില്ല, നൂറുകണക്കിനാളുകൾ കൂടക്ക ണക്കിന് മാമ്പഴവുമായി നവാബിനെ കാണാനെത്തി. പക്ഷേ, അവയൊന്നു നോക്കുകപോലും ചെയ്യാതെ അദ്ദേഹം അവരെ യെല്ലാം തിരിച്ചയച്ചു.

ഇതുകണ്ട് ആളുകൾക്ക് നിരാശയും കോപവുമുണ്ടായി. അവർ ഒന്നടങ്കം കൊട്ടാരത്തിനു മുന്നിൽ കൂടി. ആരോരുമറി യാത്ത ഒരു വൃദ്ധനുമാത്രം സമ്മാനം നൽകിയതിന്റെ കാരണമ

റിയാതെ പോകുകയില്ലെന്ന് അവർ ശഠിച്ചു.

ബഹളംകേട്ട് നവാബ് ഇറങ്ങിവന്നു. എന്നിട്ടു പറഞ്ഞു: "പ്രിയപ്പെട്ടവരെ, ആ വൃദ്ധന് സമ്മാനം കൊടുത്തതിനു പിന്നിൽ ഒരു കഥയുണ്ട്. കുട്ടിയായിരിക്കുമ്പോൾ ഒരുനാൾ ഞാനൊരു തരിശുഭൂമിയിലൂടെ നടക്കുകയായിരുന്നു. അപ്പോഴാണ് പൊരി വെയിലത്തിരുന്ന് ഒരാൾ അവിടെയെല്ലാം മാവിൻതൈകൾ വച്ചു പിടിപ്പിക്കുന്നത് കണ്ടത്. ദൂരെ എവിടെയോ നിന്ന് വെള്ളം കൊണ്ടുവന്ന് അയാൾ അവയെല്ലാം നനയ്ക്കുകയും ചെയ്തു.....

വർഷങ്ങൾ കഴിഞ്ഞപ്പോൾ അതൊരു മാന്തോപ്പായി മാറി. ഇപ്പോൾ അതിൽ നിറയെ മാങ്ങകളുമുണ്ടായി. അപ്പോഴേക്കും വൃദ്ധനായിക്കഴിഞ്ഞ അയാളാണ് ഇന്നെനിക്ക് മാമ്പഴം കാഴ്ച വച്ചത്! ഒരു തരിശുഭൂമി മുഴുവനും ഫലവൃക്ഷം നട്ടുപിടിപ്പിച്ച അയാളുടെ അദ്ധ്വാനത്തിനും നല്ല മനസ്സിനുമാണ് ഞാൻ ഒരു കൂട സ്വർണ്ണനാണയം സമ്മാനിച്ചത്. അല്ലാതെ വെറും ഒരു കൂട മാമ്പഴത്തിനല്ല!"

ഇതുകേട്ട് മാമ്പഴം കൊടുത്ത് ചുളുവിൽ സമ്മാനം വാങ്ങാ നെത്തിയവർ തലതാഴ്ത്തി. ഒന്നും മിണ്ടാതെ അവർ പിരിഞ്ഞു പോവുകയും ചെയ്തു.

23

പിശുക്കിനു പിന്നിൽ...

ഒരു വ്യാപാരിയാണ് ശക്തിഭദ്രൻ. അദ്ദേഹത്തിന് രണ്ട് ആൺമക്കളാണുള്ളത്. മണിഭദ്രനും ശ്യാമഭദ്രനും.

ഒരിക്കൽ ശക്തിഭദ്രൻ രണ്ടു മക്കളേയും വ്യാപാര കാര്യ ങ്ങൾക്കായി അയൽ നഗരത്തിലേക്ക് അയയ്ക്കാൻ നിശ്ചയിച്ചു. വലിയൊരു കാടു കടന്നു വേണം അവിടെയെത്താൻ. യാത്രയ്ക്കു മുമ്പ് ശക്തിഭദ്രൻ ഏതാനും വെള്ളിനാണയങ്ങൾ മക്കളെ ഏൽപ്പിച്ചിട്ടു പറഞ്ഞു:

"കുട്ടികളേ, ഈ പണം കൈയിൽ വെച്ചോളൂ. വളരെ സൂക്ഷി ച്ചുവേണം കേട്ടോ ഇതു ചെലവാക്കാൻ!"

അച്ഛൻ പറഞ്ഞതുകേട്ട് മണിഭദ്രനും ശ്യാമഭദ്രനും കോപ മാണു വന്നത്. ഒരുദിവസം മുഴുവൻ യാത്ര ചെയ്താലേ അയലത്തുള്ളനഗരത്തിലെത്തൂ. അത്രയും ദിവസത്തെ ചെലവി നായി തന്നിരിക്കുന്നതോ, ഏതാനും വെള്ളിനാണയങ്ങൾ മാത്ര വും! പിശുക്കനായ അച്ഛനെ മനസ്സിൽ ശപിച്ച് രണ്ടുപേരും യാത്ര തിരിച്ചു.

അങ്ങനെ അവർ വൈകാതെ അതിർത്തിയിലെ കാട്ടിലെ ത്തി. പെട്ടെന്നാണ് ഒരു സംഘം കൊള്ളക്കാർ അവരുടെ നേരെ ചാടി വീണത്. "ഹും, ജീവൻ വേണമെങ്കിൽ ഉള്ളതെല്ലാമെടു ക്ക്!" അവർ ഗർജ്ജിച്ചു. പേടിച്ചു വിറച്ച മണിഭദ്രനും ശ്യാമഭ

ദ്രനും കൈയിലുള്ള വെള്ളിനാണയങ്ങളടങ്ങിയ ചെറിയ കിഴി അവർക്കു നൽകി.

"ഹാം, ഈ ചില്ലിക്കാശ് മാത്രമേ കൈയിലുള്ളോ? നാശം!" കിഴി തുറന്നു നോക്കിയ കൊള്ളത്തലവന് ദേഷ്യവും നിരാശ യുമൊക്കെ തോന്നി. അയാളതു വലിച്ചെറിഞ്ഞു. എന്നിട്ട് അനു ചരന്മാരെയും കൂട്ടി സ്ഥലം വിട്ടു.

ഹാവൂ, മണിഭദ്രനും ശ്യാമഭദ്രനും ആശ്വാസം തോന്നി. അവർ ആ കിഴികൾ തപ്പിയെടുത്ത് യാത്ര തുടർന്നു. വൈകാതെ അടു ത്തുള്ള നഗരത്തിലെത്തി. അച്ഛൻ പറഞ്ഞ വ്യാപാരികളെയെല്ലാം ചെന്നു കണ്ടു. ഏതാനും നാൾ അവരുടെ കൂടെ താമസിച്ച് വ്യാ പാര കാര്യങ്ങളെല്ലാം ശരിയാക്കി മടങ്ങുകയും ചെയ്തു.

വീട്ടിലെത്തിയ അവർ യാത്രയ്ക്കിടയിൽ നടന്ന കാര്യങ്ങ ളെല്ലാം അച്ഛനെ പറഞ്ഞു കേൾപ്പിച്ചു. അതുകേട്ട് ശക്തിഭദ്രൻ ചിരിച്ചുകൊണ്ടു പറഞ്ഞു: "ഭാഗ്യം! ഞാൻ കൂടുതൽ പണം തന്നു വിട്ടിരുന്നെങ്കിൽ നിങ്ങൾ പട്ടിണി കിടന്നേനേ!"

"അതെന്താ?" മണിഭദ്രനും ശ്യാമഭദ്രനും ആകാംക്ഷയായി.

"നിങ്ങളുടെ കൈയിൽ കൂടുതൽ പണമുണ്ടായിരുന്നെങ്കിൽ അതു മുഴുവൻ കൊള്ളക്കാർ തട്ടിയെടുത്തേനെ! ഏതാനും വെള്ളിനാണയങ്ങൾ മാത്രമായിരുന്നതുകൊണ്ടാണ് അവർ അതെടുക്കാതെ നിങ്ങളെ വെറുതെ വിട്ടത്!"

അച്ഛൻ പറഞ്ഞതു ശരിയാണെന്ന് രണ്ടാൾക്കും തോന്നി. കൂടുതൽ പണം തരുന്നതിന് പിശുക്കു കാണിച്ച അച്ഛന് അവർ മനസ്സിൽ നന്ദി പറഞ്ഞു.

24

ശിക്ഷയും രക്ഷയും

ഒരു ഗ്രാമത്തിൽ ഒരു കാവൽഭൂതമുണ്ടായിരുന്നു. പുഴയുടെ കരയിലുള്ള ഒരു മരത്തിലായിരുന്നു അതിന്റെ താമസം. ഗ്രാമീ ണർ എന്നും ഭൂതത്താന് ആഹാരം കൊടുക്കും. അതെല്ലാം കഴിച്ച് ഭൂതം കുശാലായി കഴിഞ്ഞു പോന്നു.

അങ്ങനെയിരിക്കെ അവിടെ ഒരു വെള്ളപ്പൊക്കമുണ്ടായി. ഇതുകണ്ട് എല്ലാവരും പരിഭ്രമിച്ചു. വിളവു നശിച്ചതുകൊണ്ട് അയൽഗ്രാമത്തിൽ പോയി കുറേ ധാന്യം കടം വാങ്ങാൻ ഗ്രാമ ത്തലവൻ നിശ്ചയിച്ചു. വൈകാതെ അദ്ദേഹം ഒരു വഞ്ചിയിൽ അയൽ ഗ്രാമത്തിലേക്കു പുറപ്പെട്ടു.

ഭൂതത്താനിരിക്കുന്ന മരത്തിനു മുന്നിലൂടെയാണ് തലവൻ പോയത്. പക്ഷേ മറ്റെന്തോ ആലോചിച്ചിരുന്ന അദ്ദേഹം ഭൂതത്തെ വന്ദിക്കാൻ മറന്നുപോയി. ഇതുകണ്ടു ഭൂതത്താനു ദേഷ്യം വന്നു. തന്നെ കണ്ട ഭാവമില്ലാതെ പോകുന്ന ഗ്രാമത്തലവനു നേരെ ഭൂതം വിരൽ ചൂണ്ടി. അടുത്തനിമിഷം വഞ്ചി അനങ്ങാതായി.

അപ്പോഴാണ് മറ്റൊരു വഞ്ചിയിൽ ഒരു സന്യാസി ആ വഴി വന്നത്. ഗ്രാമത്തലവന്റെ വഞ്ചിയും ഭൂതത്തെയും കണ്ടപ്പോൾ അദ്ദേഹത്തിനു കാര്യം മനസ്സിലായി. സന്യാസി നേരേ മരത്തി നടുത്തു ചെന്നിട്ടു പറഞ്ഞു: "എടാ പേട്ടു ഭൂതത്താനേ, ഗ്രാമത്ത ലവന്റെ വഞ്ചി വിട്!"

പക്ഷേ ഭൂതത്താൻ സമ്മതിച്ചില്ല. "ഇവിടെ വരുമ്പോൾ എല്ലാ വരും എന്നെ താണുതൊഴുതിട്ടേ പോകാവൂ. അല്ലാത്തവരെ ഞാൻ ശിക്ഷിക്കും!" ഭൂതത്താൻ പറഞ്ഞു.

"ഓഹോ.... എങ്കിൽ കാവൽക്കാരനായ നീ എന്തുകൊണ്ട് ഈ ഗ്രാമത്തെ വെള്ളപ്പൊക്കത്തിൽനിന്നു രക്ഷിച്ചില്ല? ശിക്ഷി ക്കുക മാത്രമല്ല, രക്ഷിക്കുകയും കൂടി നിന്റെ ജോലിയാണ്. അതി നാണ് ഗ്രാമീണർ നിനക്ക് ആഹാരം തരുന്നത്!"

സന്ന്യാസി മരത്തിനു നേരേ കൈവീശി മന്ത്രം ചൊല്ലി. റിം! ഭൂതത്താനിരുന്ന മരം കൊടുങ്കാറ്റിൽപ്പെട്ടതുപോലെ അങ്ങോട്ടു മിങ്ങോട്ടും ഉലയാൻ തുടങ്ങി. അതിൽപ്പെട്ട് ഭൂതത്താൻ പുഴയി ലേക്കു വീണു.

"ഹയ്യോ, രക്ഷിക്കണേ...." ഭൂതം വെള്ളത്തിൽ കൈകാലിട്ട ടിച്ചുകൊണ്ടു വിളിച്ചു പറഞ്ഞു.

സന്ന്യാസി ഭൂതത്തെ വെള്ളത്തിൽ നിന്നെടുത്തു വഞ്ചിയി ലിട്ടു. എന്നിട്ട് തിരികെ മരത്തിൽ അതിനെ കൊണ്ടു ചെന്നിരു ത്തി. തന്നെ സംരക്ഷിക്കുകയും ബഹുമാനിക്കുകയും ചെയ്യുന്ന വരെ ശിക്ഷിക്കുകയല്ല രക്ഷിക്കുകയാണു വേണ്ടതെന്ന് ഭൂത ത്താന് അപ്പോഴേക്കും മനസ്സിലായി. അന്നുമുതൽ ഭൂതം നല്ലതു പോലെ ഗ്രാമത്തെ സംരക്ഷിക്കുകയും ചെയ്തു.

25

നല്ല ചങ്ങാത്തം

പണ്ട് ചമ്പാപുരിയിൽ സൂര്യസേനൻ എന്നൊരു രാജാവു
ണ്ടായിരുന്നു. ഒരിക്കൽ അദ്ദേഹം അയൽരാജ്യങ്ങളുമായി നല്ല
സൗഹൃദത്തിനായുള്ള ശ്രമം തുടങ്ങി. അപ്പോഴല്ലേ കുഴപ്പം!
അയൽരാജ്യങ്ങളായ മഗധയും ചേദിയും തമ്മിൽ കടുത്ത ശത്രു
ക്കളാണ്. മഗധയുമായി സഖ്യമുണ്ടാക്കുന്ന ആരുമായും കൂട്ടു
കൂടാൻ ചേദിക്കാർ തയ്യാറല്ല. ചേദിയുമായി സഖ്യമുണ്ടാക്കി
യാലോ അപ്പോൾ മഗധയ്ക്കും സ്വീകാര്യമാവില്ല.

"എന്തായാലും നമുക്ക് ചേദിയുമായി സഖ്യമുണ്ടാക്കാം. കരു
ത്തുള്ള സേനയും സേനാനായകരുമൊക്കെ അവരുടെ പക്ഷ
ത്തല്ലേ?" മന്ത്രി ചിത്രാംഗദൻ പറഞ്ഞു.

അപ്പോൾ സൂര്യസേനൻ എതിർത്തു: "നമുക്ക് മഗധയുമായി
സഖ്യമുണ്ടാക്കാം. അവർ നല്ലവരും ശാന്തശീലരുമാണ്. മാത്രമ
ല്ല, മറ്റു രാജ്യങ്ങളെ ആക്രമിക്കാനോ അവർക്കു ശല്യം ചെയ്യാനോ
അവർ ഒരുങ്ങുകയുമില്ല. അവരാണ് നല്ലവർ."

അതുകേട്ട് മന്ത്രി പുഞ്ചിരി തൂകി. എന്നിട്ടു പറഞ്ഞു: "അതു
തന്നെയാണ് ചേദിയുമായി സഖ്യമാകാമെന്ന് ഞാൻ പറഞ്ഞത്.
മഗധക്കാരെപ്പോലെ സൽസ്വഭാവികളായവർ ശത്രുക്കളായാലും
മിത്രങ്ങളായാലും മറ്റുള്ളവർക്ക് ഗുണമേ ചെയ്യൂ. എന്നാൽ ചേദി
ക്കാർ അങ്ങനെയല്ല. അക്രമികളും തെമ്മാടികളുമാണവർ.

അവരെ പാട്ടിലാക്കിയാൽ ആക്രമണമുണ്ടാകുമെന്ന പേടിയേ വേണ്ട!"

മന്ത്രി പറഞ്ഞത് ശരിയാണെന്ന് സൂര്യസേനന് മനസ്സിലായി. മിത്രത്തെ കൂടുതൽ മിത്രമാക്കുന്നതിനേക്കാൾ നല്ലത് അക്രമിയെക്കൂടി മിത്രമാക്കുന്നതാണ് നല്ലത് എന്നുതന്നെ! അന്നുതന്നെ രാജാവ് ചേദിയുമായി സൗഹൃദത്തിനുള്ള ശ്രമം തുടങ്ങി. അതിൽ അദ്ദേഹം വിജയിക്കുകയും ചെയ്തു.

26

സോളമനും തേനീച്ചയും

പണ്ട് സോളമൻ എന്ന ചക്രവർത്തിയാണ് ഇസ്രയേൽ ഭരി ച്ചിരുന്നത്. ജനങ്ങൾക്കു മാത്രമല്ല, പക്ഷികൾക്കും ജന്തുക്കൾക്കും വരെ അദ്ദേഹത്തെ വലിയ ഇഷ്ടമായിരുന്നു.

ഒരുദിവസം സോളമൻ ഉദ്യാനത്തിൽ ഉലാത്തുകയായിരുന്നു. അപ്പോഴാണ് ഒരു തേനീച്ചക്കുട്ടൻ ആ വഴി വന്നത്. സോളമന്റെ തുടുത്തു തിളങ്ങുന്ന ഭംഗിയുള്ള മൂക്കു കണ്ടപ്പോൾ അതൊരു പൂവാണെന്നാണ് അതു വിചാരിച്ചത്. ഉടനെ തേനീച്ചക്കുട്ടൻ തേൻ കുടിക്കാനായി മൂക്കിൽ വന്നിരുന്നു. അപ്പോഴല്ലേ മനസ്സിലായ ത്, അത് പൂവും കായുമൊന്നുമല്ലെന്ന്! ദേഷ്യം വന്ന തേനീച്ച ക്കുട്ടൻ എന്തുചെയ്തെന്നോ – ചക്രവർത്തിയുടെ മൂക്കിൽ ആഞ്ഞൊരു കുത്ത്!

"ഹമ്മോ!" തേനീച്ചയുടെ കുത്തുകൊണ്ട സോളമൻ ഞെളി പിരികൊണ്ടു. "ഹും, ധിക്കാരീ, എന്റെ മൂക്കിൽ കുത്താൻ മാത്രം നീ വളർന്നോ? നിന്നെ ഞാൻ...."

തേനീച്ചക്കുട്ടൻ ഇതുകേട്ടു പേടിച്ചു പറപറന്നു. ചക്രവർത്തി കോപമടക്കാനാവാതെ അങ്ങോട്ടുമിങ്ങോട്ടും നടപ്പായി. അദ്ദേ ഹത്തിന്റെ മൂക്കാവട്ടെ നീരു വന്നു വീർക്കാൻ തുടങ്ങി.

"ഹും, ആരവിടെ? നമ്മുടെ നാട്ടിലെ എല്ലാ തേനീച്ചകളോടും എന്റെ മുന്നിൽ ഹാജരാവാൻ പറയൂ!" സോളമൻ ആക്രോശിച്ചു.

സോളമൻ ചക്രവർത്തിയുടെ കല്പനയല്ലേ, ഉടന തന്നെ തേനീച്ചകൾ കൂട്ടംകൂട്ടമായി അദ്ദേഹത്തിന്റെ മുന്നിലെത്തി. തങ്ങ ളുടെ ചക്രവർത്തിയുടെ വീർത്ത മൂക്കു കണ്ട് അവർക്കു സങ്കടം വന്നു. പക്ഷേ ആരാണതു ചെയ്തത്? അവർ പരസ്പരം ചോദിച്ചു.

അപ്പോഴാണ് അവർക്കിടയിൽനിന്നും തേനീച്ചക്കുട്ടൻ മുന്നോട്ടു വന്നത്. ചക്രവർത്തിയെ താണു തൊഴുതുകൊണ്ട് അവൻ പറഞ്ഞു: "പ്രഭോ, ഏതോ പൂവാണെന്നു കരുതി അടിയ നാണ് അങ്ങയുടെ മൂക്കിൽ വന്നിരുന്നത്. പൂവല്ലെന്നു മനസ്സി ലായപ്പോൾ അടിയനു ദേഷ്യം വന്നു. അതുകൊണ്ടാണ് അങ്ങയെ കുത്തിയത്. എന്നോടു പൊറുക്കണേ...."

ഒറ്റയടിക്ക് ആ വികൃതിയുടെ കഥ കഴിക്കാനാണു സോള മനു തോന്നിയത്. എങ്കിലും അദ്ദേഹം അതെല്ലാം അടക്കി. അപ്പോൾ തേനീച്ചക്കുട്ടൻ തുടർന്നു: "എന്നെ വെറുതെ വിട്ടാൽ എന്നെങ്കിലും ഒരിക്കൽ അടിയൻ അങ്ങനെ സഹായിക്കാം. തീർച്ച!"

ഇതുകേട്ടപ്പോൾ ചക്രവർത്തിക്കു ശരിക്കും ചിരി വന്നു. അദ്ദേഹം എല്ലാവരോടും പൊയ്ക്കൊള്ളാൻ പറഞ്ഞു. കൂടെ, തേനീച്ചക്കുട്ടനോടും.

അങ്ങനെ ഏതാനും നാൾ കഴിഞ്ഞു. അങ്ങനെയിരിക്കെ യാണ് ശേബാ രാജ്യത്തെ രാജ്ഞി സോളമനെ കാണാനെത്തി യത്. രാജ്ഞിയുടെ കൂടെ ഏതാനും കൊച്ചുകുട്ടികളുമുണ്ടായി രുന്നു. കൈയിൽ നിറയെ പൂക്കളുമായി അവർ ചക്രവർത്തിയുടെ മുന്നിൽ വന്നുനിന്നു.

അപ്പോൾ ശേബാ രാജ്ഞി സോളമനോടു പറഞ്ഞു: "പ്ര ഭോ, ഈ കുട്ടികളുടെ കൈയിൽ മനോഹരമായ പൂക്കൾ കണ്ടി ല്ലേ? അവയിൽ ഒരാളുടെ കൈയിലുള്ളതു മാത്രമാണ് ശരിക്കുള്ള പൂങ്കുല. മറ്റുള്ളവയെല്ലാം കൃത്രിമമായി ഉണ്ടാക്കിയതാണ്. തൊട്ടു നോക്കാതെ ശരിയായ പൂവ് ഏതാണെന്നു പറയാമോ?"

സോളമൻ സിംഹാസനത്തിൽ ഇരുന്നുകൊണ്ട് ഓരോ പൂക്ക ളിലും മാറി മാറി നോക്കി. എന്നാൽ എത്ര ശ്രമിച്ചിട്ടും ഏതാണു ശരിയായ പൂവെന്നു കണ്ടുപിടിക്കാൻ അദ്ദേഹത്തിനു കഴിഞ്ഞി ല്ല. ശേബാ രാജ്ഞിക്കു മുന്നിൽ തോൽക്കുന്നതാകട്ടെ, മഹാകു

റച്ചിലുമാണ്. ചക്രവർത്തി ആകെ അങ്കലാപ്പിലായി.

അപ്പോഴാണ് ജനലിനപ്പുറത്ത് നിന്നും നേരിയ ഒരു മൂളൽ അദ്ദേഹം കേട്ടത്. നോക്കുമ്പോൾ അതാ ഒരു തേനീച്ച! ഉടനെ അദ്ദേഹത്തിനൊരു വിദ്യ തോന്നി. ആ ജനൽ തുറന്നിടാൻ അദ്ദേഹം കൽപ്പിച്ചു. മറ്റാരും ശ്രദ്ധിച്ചില്ലെങ്കിലും ജനലിലൂടെ മെല്ലെ ഒരു തേനീച്ച അകത്തേക്കു പറന്നെത്തി. കുട്ടികൾക്കു ചുറ്റും ഒരു വട്ടം പറന്ന് അത് ശരിക്കുള്ള പൂവിൽ വന്നിരുന്നു.

"അതാ, അതാണു ശരിയായ പൂക്കൾ!" അതുകണ്ടു സോളമൻ വിളിച്ചു പറഞ്ഞു. മത്സരത്തിൽ തോറ്റ ശേബാ രാജ്ഞി തല കുനിച്ചുകൊണ്ട് അദ്ദേഹത്തിന്റെ ബുദ്ധിയെ പുകഴ്ത്തി.

താൻ വെറുതെ വിട്ട തേനീച്ചക്കുട്ടനാണു തന്നെ രക്ഷിക്കാൻ വന്നതെന്ന് അതിനകം ചക്രവർത്തിക്കു മനസ്സിലായിക്കഴിഞ്ഞിരുന്നു. അദ്ദേഹം അവനെ നോക്കി പുഞ്ചിരിച്ചു. തേനീച്ചക്കുട്ടനാവട്ടെ, അദ്ദേഹത്തെ വണങ്ങി സന്തോഷത്തോടെ പറന്നുപോയി.

27
സാമ്രാജ്യത്തിന്റെ വില

കാർത്തേജിലെ രാജാവായിരുന്നു ഡയനീഷ്യസ്. രാജാ വായി സ്ഥാനമേറ്റയുടനെ മറ്റു ചെറിയ രാജ്യങ്ങളെല്ലാം ആക്രമിച്ചു കീഴടക്കാൻ അദ്ദേഹം വലിയ ഒരു പടയുമായി നീങ്ങി.

അക്കാലത്ത് കാർത്തേജിൽ അലനാസിസ് എന്നൊരു വൃദ്ധ നായ മാന്ത്രികനുണ്ടായിരുന്നു. ജൈത്രയാത്രയ്ക്കു പോകുമ്പോൾ തന്നെയും കൂടെ കൂട്ടണമെന്ന് അലനാസിസ് അപേക്ഷിച്ചു. ഡയ നീഷ്യസ് സമ്മതിക്കുകയും ചെയ്തു.

പല നാടുകളും കീഴടക്കി ഡയനീഷ്യസ് ഒരു മരുഭൂമിയി ലെത്തി. അതിന് എന്തു വലിപ്പമുണ്ടെന്നൊന്നും ആർക്കും അറി യാമായിരുന്നില്ല. എങ്കിലും വരുന്നതു വരട്ടെ എന്നു കരുതി ഡയ നീഷ്യസ് മരുഭൂമി കടക്കാൻ നിശ്ചയിച്ചു.

ദിവസങ്ങൾ കഴിഞ്ഞു. അവർ കരുതിവച്ചിരുന്ന വെള്ളം തീർന്നു. ദാഹം മൂലം എല്ലാവരും ഇനി ഒരടിപോലും വയ്ക്കാൻ വയ്യ എന്ന വിധത്തിലായി.

"പ്രഭോ" ഇതുകണ്ട് അലനാസിസ് പറഞ്ഞു: "ദാഹമകറ്റാ നുള്ള വെള്ളം ഞാനുണ്ടാക്കിത്തരാം. പകരമായി എനിക്കെന്തു തരും?"

"എന്റെ സാമ്രാജ്യത്തിന്റെ പകുതി!" ഡയനീഷ്യസ് പറഞ്ഞു. വൃദ്ധമാന്ത്രികൻ പുഞ്ചിരിച്ചുകൊണ്ട് മുന്നിലേക്ക് കൈനീ

ട്ടി. അടുത്ത നിമിഷം മണലിൽനിന്നും ഉറവയായി വെള്ളം പുറ
ത്തേക്കു വരാൻ തുടങ്ങി. ഇതു കണ്ടപ്പോൾ രാജാവിനും ഭട
ന്മാർക്കുമുണ്ടായ സന്തോഷം! അവർ ആർത്തിയോടെ വെള്ളം
കുടിക്കാൻ തുടങ്ങി. ദാഹമടങ്ങിയപ്പോൾ ആവശ്യത്തിനു വെള്ളം
ശേഖരിച്ച് യാത്ര തുടരുകയും ചെയ്തു.

പിന്നെയും ദിവസങ്ങൾ കഴിഞ്ഞപ്പോൾ കരുതി വച്ചിരുന്ന
ഭക്ഷണവും തീർന്നു. പട്ടിണി കിടന്ന് അവശരായ ഭടന്മാർ വഴി
യിൽ ക്ഷീണിച്ചു കിടപ്പായി. അല്പം ഭക്ഷണം കിട്ടാനെന്താണു
വഴി എന്നായി ഡയനീഷ്യസിന്റെ അന്വേഷണം. അപ്പോൾ അല
നാസിസ് വീണ്ടും ചോദിച്ചു: "വയർ നിറയെ ഇപ്പോൾ ഭക്ഷണം
തന്നാൽ അങ്ങ് എന്തുതരും?"

"എന്റെ സാമ്രാജ്യത്തിന്റെ മറ്റേ പകുതി!"

അലനാസിസ് ചിരിച്ചു. എന്നിട്ട് അവർക്കാവശ്യമുള്ള വിഭ
വസമൃദ്ധമായ സദ്യ വരുത്തിക്കൊടുത്തിട്ടു പറഞ്ഞു: "ദാഹം
മാറ്റാനുള്ളത്ര വെള്ളത്തിന്റെയും ഒരുനേരം വിശപ്പു മാറ്റാ
നുള്ളത്ര ഭക്ഷണത്തിന്റെയും വിലയല്ലേ അങ്ങയുടെ സാമ്രാജ്യ
ത്തിനുള്ളൂ? ഇത്രയും വിലകുറഞ്ഞ ഒരു വസ്തു കിട്ടാനാണോ
അങ്ങയുടെ ജൈത്രയാത്ര?"

തന്റെ യുദ്ധക്കൊതിയിൽ അടങ്ങിയ വിഡ്ഢിത്തം ഡയനീ
ഷ്യസിന് മനസ്സിലായി. ജൈത്രയാത്ര ഉപേക്ഷിച്ച് അദ്ദേഹം മട
ങ്ങി. അലനാസിസിന്റെ സഹായത്തോടെ എല്ലാവരും കാർത്തേ
ജിലെത്തിച്ചേരുകയും ചെയ്തു.

28

സമ്പത്തിന്റെ ഉടമ

അശ്വജിത്ത് എന്ന രാജാവാണ് പണ്ട് അളകാപുരി ഭരിച്ചി രുന്നത്. തന്റെ നാട്ടിലെ പാവപ്പെട്ട ആളുകളെ അദ്ദേഹത്തിന് കണ്ണെടുത്താൽ കണ്ടുകൂടാ. തന്റെ രാജ്യത്തെ എല്ലാ കഷ്ടപ്പ ടിനും കാരണം അവരാണെന്നായിരുന്നു രാജാവിന്റെ വിചാരം.

രാജാക്കന്മാരെ ഭരണത്തിൽ സഹായിക്കാൻ മന്ത്രിമാർ ഉണ്ടാ വുമല്ലോ. നാട്ടിലെ ഏറ്റവും വലിയ ധനികനെ പ്രധാനമന്ത്രിയാ ക്കണമെന്ന് ഒരിക്കൽ അശ്വജിത്ത് രാജാവിനു തോന്നി. പക്ഷേ ആർക്കാണ് ഏറ്റവും ധനമുള്ളതെന്ന് എങ്ങനെ കണ്ടുപിടിക്കും? അതിനായി ഒരു മത്സരം തന്നെ നടത്താൻ അദ്ദേഹം നിശ്ചയയി ച്ചു.

വൈകാതെ മഹാപ്രഭുക്കളായ ചിലർ കൊട്ടാരത്തിലെത്തി. വിലപിടിപ്പുള്ള അനേകം വസ്തുക്കൾ നിറച്ച ചാക്കും ആമാട പ്പെട്ടിയുമെല്ലാം ആയിട്ടായിരുന്നു അവരുടെ വരവ്. അവർ ഓരോ രുത്തരായി തങ്ങളുടെ സമ്പത്ത് എത്രത്തോളമുണ്ടെന്ന് രാജാ വിനെ ബോദ്ധ്യപ്പെടുത്തി. അപ്പോഴാണ് കീറിപ്പറിഞ്ഞ വേഷവു മായി ഒരാൾ അവിടെയെത്തിയത്. മഹാദരിദ്രനാണ് അയാളെന്ന് ഒറ്റനോട്ടത്തിലറിയാം. എങ്കിലും അയാൾ തെല്ലും കൂസാതെ രാജാ വിനെ നോക്കി പറഞ്ഞു: "പ്രഭോ, ഞാനാണ് എന്റെ രാജ്യത്തെ ഏറ്റവും വലിയ ധനികൻ!"

ഇതുകേട്ട് രാജാവിനും മറ്റുള്ളവർക്കും ചിരിപൊട്ടി. അയാൾ ഒരു ഭ്രാന്തനാണെന്നാണ് അവർ കരുതിയത്. എങ്കിലും വെറുതേ ഒരു രസത്തിനായി രാജാവു ചോദിച്ചു: "അല്ലാ, താങ്കൾ ഏതു രാജ്യത്തെയാണ്?"

"ഒരു മണ്ടൻ രാജാവു ഭരിക്കുന്ന രാജ്യത്തെ!" അയാൾ മറു പടി പറഞ്ഞു.

തന്നെ അയാൾ കളിയാക്കുകയാണെന്ന് രാജാവിനു മനസ്സി ലായി. അതിനു തക്ക ശിക്ഷ കൊടുക്കണമെന്ന് മനസ്സിലോർത്ത് അദ്ദേഹം വീണ്ടും ചോദിച്ചു: "ആട്ടെ, താങ്കൾക്ക് എത്ര സ്വത്തു ണ്ട്?"

"ഈ നാട്ടിലുള്ളതെല്ലാം എന്റെ സ്വത്താണ്, പ്രഭോ!" അയാൾ പറഞ്ഞു: "കാരണം, ഒരു രാജ്യത്തെ സമ്പത്തെല്ലാം അവിടത്തെ ഓരോ പ്രജയ്ക്കും അവകാശപ്പെട്ടതാണ്. ആ സ്വ ത്തെല്ലാം ശരിയായി നോക്കി നടത്തുകയാണ് ശരിയായി ഭരി ക്കുന്ന ഓരോ രാജാവിന്റേയും കടമ!"

'ഭ്രാന്തന്റെ' വാക്കുകൾ ഖണ്ഡിക്കാൻ അശ്വജിത്തിനു കഴി ഞ്ഞില്ല. മഹാജ്ഞാനിയായ ആരോ ആണ് എന്റെ മുന്നിലെത്തി യിട്ടുള്ളതെന്ന് അദ്ദേഹത്തിനു മനസ്സിലായി. ധനത്തിന്റെ പേരിൽ ജനങ്ങളെ വേർതിരിക്കുന്നതിനെ എതിർക്കാനാണ് അയാൾ വന്ന തെന്നും! തന്റെ അറിവില്ലായ്മയ്ക്കു മാപ്പു ചോദിച്ച് അശ്വജിത്, ആ ജ്ഞാനിയെ തന്റെ പ്രധാനമന്ത്രിയായി നിയമിച്ചു.

29

പഠിപ്പിക്കാത്ത അഭ്യാസം

ചിത്രദുർഗ്ഗയിൽ പണ്ട് ഗംഗാദത്തൻ എന്ന ഒരഭ്യാസിയു ണ്ടായിരുന്നു. അനേകം ശിഷ്യന്മാരുണ്ടെങ്കിലും വിശ്വജിത്ത് എന്ന ശിഷ്യനെയായിരുന്നു അദ്ദേഹത്തിന് ഏറ്റവും ഇഷ്ടം. കാരണം, അതിവേഗത്തിലും എളുപ്പത്തിലുമാണ് ഓരോ അഭ്യാസമുറയും അവൻ പഠിച്ചിരുന്നത്.

അങ്ങനെ ഗംഗാദത്തൻ തന്റെ അഭ്യാസമുറകളിൽ ഒന്നൊ ഴികെ മറ്റെല്ലാം വിശ്വജിത്തിനെ പഠിപ്പിച്ചു. അടുത്തുതന്നെ കൊട്ടാ രത്തിൽ നടക്കാനിരിക്കുന്ന മത്സരങ്ങളിൽ എല്ലാവരേയും തോല്പിച്ചാൽ മാത്രം അവനെ ആ വിദ്യ പഠിപ്പിക്കാമെന്നും നിശ്ചയിച്ചു.

വിചാരിച്ചപോലെ, മത്സരത്തിനെത്തിയ എല്ലാ അഭ്യാസിക ളേയും വിശ്വജിത്തിന് തോൽപ്പിക്കാൻ കഴിഞ്ഞു. വിജയശ്രീലാ ളിതനായ അവനെ രാജാവ് സമ്മാനങ്ങൾകൊണ്ടു മൂടി. എന്നിട്ട് ഇങ്ങനെ പറഞ്ഞു: "വിശ്വജിത്ത്, ഒരു കാലത്ത് നിന്റെ ഗുരുവി നേക്കാൾ കേമനായ ഒരഭ്യാസിയായി മാറാൻ ദൈവം നിന്നെ അനുഗ്രഹിക്കട്ടെ!"

"പ്രഭോ, അതിന് അധികകാലം കഴിയേണ്ട കാര്യമൊന്നുമി ല്ല" വിശ്വജിത്ത് അല്പം ഗർവ്വോടെ മറുപടി നൽകി. "ഇ പ്പോൾത്തന്നെ ഞാൻ ഗുരുവിനേക്കാൾ വലിയ അഭ്യാസിയാണ്!"

വിശ്വജിത്തിന്റെ അഹങ്കാരം കണ്ട രാജാവിന് പുച്ഛമാണ് തോന്നിയത്. "ഓഹോ, എങ്കിൽ ഗുരുവുമായി ഇപ്പോൾത്തന്നെ ഒരു മത്സരം നടത്തൂ. നോക്കട്ടെ, ആരാണ് വലിയ അഭ്യാസിയെന്ന്!" അദ്ദേഹം കല്പിച്ചു.

വൈകിയില്ല, ഗുരുവായ ഗംഗാദത്തനും വിശ്വജിത്തും തമ്മിൽ ഏറ്റുമുട്ടി. ഒപ്പത്തിനൊപ്പം പിടിച്ചുനിന്ന വിശ്വജിത്തിനെ ഒടുവിൽ ഗുരു ഒരു പ്രത്യേക അഭ്യാസമുറയിൽ കുരുക്കി. അദ്ദേഹത്തിന്റെ ബന്ധനത്തിൽനിന്നും സ്വതന്ത്രനാവാൻ അവനു കഴിഞ്ഞതേയില്ല.

"ഹും, ഇത് എന്നെ പഠിപ്പിക്കാത്ത ഒരഭ്യാസമാണ്!" കീഴടങ്ങിയ വിശ്വജിത്ത് അമർഷത്തോടെ വിളിച്ചു പറഞ്ഞു.

"അത്രെ നന്നായെന്ന് എനിക്കിപ്പോൾ മനസ്സിലായി" ഗംഗാ ദത്തൻ മറുപടി നൽകി. "കാരണം, അറിവു മുഴുവനായി നേടും മുമ്പേ ഗുരുവിനെപ്പോലും തോല്പിക്കാനാവുമെന്ന് അഹങ്കരിച്ചവനാണു നീ. അങ്ങനെയുള്ള ഒരാൾ ഒരിക്കലും ഒരഭ്യാസിയാകാൻ പോലും യോഗ്യനല്ല!"

തലതാഴ്ത്തി പുറത്തു പോകാനേ വിശ്വജിത്തിനു കഴിഞ്ഞുള്ളു.

30

യഥാർത്ഥ ജ്ഞാനി

പണ്ടു പണ്ട് രാമഗിര്യാശ്രമത്തിൽ ശരദൻ, ശാദ്വലൻ എന്നീ രണ്ടു മഹർഷിമാർ താമസിച്ചിരുന്നു. അനേകകാലം കഠിനമായ തപസ്സു ചെയ്ത് പല വരങ്ങളും ലഭിച്ചിട്ടുള്ളവരായിരുന്നു അവർ.

അങ്ങനെയിരിക്കെ, ഒരിക്കൽ രണ്ടുപേരും തമ്മിൽ ഒരു തർക്ക മുണ്ടായി. രണ്ടുപേരിൽ ആരാണ് യഥാർത്ഥ ജ്ഞാനി? അതാ യിരുന്നു തർക്കത്തിനു കാരണം.

"വേദങ്ങളും പുരാണങ്ങളുമൊക്കെ താങ്കളേക്കാൾ മുമ്പ് ഞാൻ മനഃപാഠമാക്കിയിട്ടുണ്ട്. എനിക്ക് കിളികളോടും മൃഗങ്ങ ളോടുമൊക്കെ സംസാരിക്കാൻ കഴിയും. അങ്ങനെയുള്ള ഞാൻ തന്നെയാണ് താങ്കളേക്കാൾ ജ്ഞാനി!" ശരദമഹർഷി പറഞ്ഞു.

"ഹും, ആവശ്യമായ സമയത്ത് എന്റെ ഇഷ്ടദേവനെ പ്രത്യ ക്ഷപ്പെടുത്താനുള്ള കഴിവുള്ളത് എനിക്കു മാത്രമാണ്. അങ്ങ നെയുള്ള ഞാൻ തന്നെയാണ് ഏറ്റവും വലിയ ജ്ഞാനി. എന്താ സംശയമുണ്ടോ?" ശാദ്വലമഹർഷി വാദിച്ചു.

താമസിയാതെ തർക്കം മൂത്തു. രണ്ടു മഹർഷിമാരും ഒട്ടും വിട്ടുകൊടുക്കാതെ സ്വന്തം മഹത്വത്തെക്കുറിച്ച് വീറോടെ വാദി ക്കാൻ തുടങ്ങി.

ഇതൊക്കെ കേട്ട് കുറച്ചകലെയായി ഒരാട്ടിടയൻ നിൽക്കു ന്നുണ്ടായിരുന്നു. മഹർഷിമാരുടെ ശണ്ഠ കണ്ട് അവൻ പതുക്കെ

അങ്ങോട്ടു ചെന്നു. രണ്ടുപേരേയും വണങ്ങിയിട്ട് വിനയത്തോടെ അവൻ ചോദിച്ചു: "ലോക നന്മയ്ക്കും ശാന്തിക്കും വേണ്ടി ജീവി ക്കുന്നവരാണ് മഹർഷിമാർ എന്നാണ് അടിയൻ മനസ്സിലാക്കി യിട്ടുള്ളത്. അതുകൊണ്ട് നിങ്ങൾ തമ്മിൽ കലഹമുണ്ടാക്കരു തെന്നാണ് അടിയന്റെ ആഗ്രഹം!"

ആട്ടിടയന്റെ വാക്കുകൾ കേട്ടപ്പോൾ ശരദ മഹർഷിക്കും ശാദ്വ ല മഹർഷിക്കും കഠിനമായ ദേഷ്യം വന്നു. മഹാപണ്ഡിതന്മാ രായ തങ്ങളെ വെറും ഒരാട്ടിടയൻ ഉപദേശിക്കുകയയോ?

അവർ വീണ്ടും തർക്കം തുടർന്നു. ഒടുവിൽ ശരദമഹർഷി പറഞ്ഞു:

"താങ്കൾ ദൈവത്തെ പ്രത്യക്ഷപ്പെടുത്താൻ കഴിവുള്ളവനാ ണല്ലോ. നമുക്ക് ഇക്കാര്യം ദൈവത്തോടു തന്നെ നേരിട്ടു ചോദി ക്കാം."

ശാദ്വലൻ സമ്മതിച്ചു. വൈകാതെ അദ്ദേഹം മന്ത്രം ജപിച്ച് തന്റെ ഇഷ്ടദേവനെ പ്രത്യക്ഷപ്പെടുത്തി.

"പ്രഭോ, ഞങ്ങളിൽ ആരാണ് യഥാർത്ഥ ജ്ഞാനി എന്ന് അങ്ങുതന്നെ പറഞ്ഞാലും!" രണ്ടുപേരും അപേക്ഷിച്ചു.

ദേവൻ ഒന്നു പുഞ്ചിരിച്ചു. എന്നിട്ടു പറഞ്ഞു: "സ്വന്തം മഹി മയെക്കുറിച്ച് പരസ്പരം ശണ്ഠ കൂടിയ നിങ്ങൾ എങ്ങനെയാണ് ജ്ഞാനികളാവുക? ഇക്കാര്യത്തിൽ ആ ആട്ടിടയനുള്ള മഹത്വം പോലും നിങ്ങൾക്കില്ല. അഹങ്കാരമില്ലാത്തവനാണ് യഥാർത്ഥ ജ്ഞാനി. വേദഗ്രന്ഥങ്ങൾ പഠിച്ചിട്ടും ഇഷ്ടദൈവത്തെ പ്രത്യ ക്ഷനാക്കാൻ കഴിവുണ്ടായിട്ടും നിങ്ങൾക്ക് രണ്ടുപേർക്കും ആ ആട്ടിടയനുള്ള ജ്ഞാനം പോലും കിട്ടിയില്ലല്ലോ, കഷ്ടം!"

ഇത്രയും പറഞ്ഞ് അദ്ദേഹം മറഞ്ഞു. സ്വന്തം തെറ്റു മനസ്സി ലാക്കിയ ശരദന്റേയും ശാദ്വലന്റേയും തലകൾ ലജ്ജകൊണ്ടു കുനിഞ്ഞു.

31

ഗുരുവിന്റെ അനുഗ്രഹം

പണ്ട് ഉത്തമപുരം എന്ന സ്ഥലത്ത് കൗശികൻ എന്നൊരു ഗുരുവുണ്ടായിരുന്നു. ശിഷ്യന്മാരോടൊപ്പം പല നാടുകളിലും സഞ്ചരിക്കുക അദ്ദേഹത്തിന്റെ പതിവാണ്. ഏതു നാട്ടിൽ ചെന്നാലും ഗുരുവിനെ കാണാൻ ധാരാളം ആളുകൾ എത്തും. ഗുരുവാകട്ടെ, അവർക്കെല്ലാം നല്ല ഉപദേശങ്ങളും നൽകും!

അങ്ങനെയിരിക്കെ ഒരുനാൾ കൗശികനും ശിഷ്യന്മാരും ഉത്തമപുരത്തിനടുത്തുള്ള ഒരു ഗ്രാമത്തിലെത്തി. പക്ഷേ, അവിടെയുള്ള ആളുകൾ ഗുരുവിനെ കണ്ടഭാവം പോലും നടിച്ചില്ല. എന്നാൽ ഗുരുവാകട്ടെ, പതിവുപോലെ ഗ്രാമവാസികളെ അനുഗ്രഹിച്ചു: "നിങ്ങൾ ഈ ഗ്രാമത്തിൽ തന്നെ ഏറെക്കാലം ജീവിക്കാനിടവരട്ടെ!" എന്ന്.

വൈകാതെ കൗശികനും സംഘവും അടുത്ത ഗ്രാമത്തിലെത്തി. അവിടെയുള്ളവർ വളരെ ആദരവോടെയാണ് ഗുരുവിനെ സ്വീകരിച്ചത്. ഇത്തവണയും ഗ്രാമവാസികൾക്ക് അനുഗ്രഹം നൽകുന്ന പതിവ് ഗുരു തെറ്റിച്ചില്ല.

"നിങ്ങൾ പല നാടുകളിലേക്കും പോയി അവിടെയൊക്കെ ജീവിക്കാനിടവരട്ടെ!" ഇതായിരുന്നു ഇത്തവണ ഗുരുവിന്റെ അനുഗ്രഹം.

ഇതിനിടെ ഒരു ശിഷ്യൻ ചോദിച്ചു: "ഗുരോ, എന്തുകൊ

ണ്ടാണ് അങ്ങ് രണ്ടു ഗ്രാമക്കാർക്കും രണ്ടു തരത്തിലുള്ള അനുഗ്രഹം നൽകിയത്?"

കൗശികൻ പുഞ്ചിരിച്ചു: "ആദ്യത്തെ ഗ്രാമക്കാർ ആരേയും വകവയ്ക്കാത്ത അഹങ്കാരികളാണ്. ദുഷ്ടന്മാർ സ്വന്തം ഗ്രാമ ത്തിൽ തന്നെ താമസിച്ചാൽ ദുഷ്ടത പടരാതിരിക്കുമല്ലോ! എന്നാൽ രണ്ടാമത്തെ ഗ്രാമക്കാരുടെ സ്ഥിതി അതല്ല. വിനയവും സ്നേഹവും ഉള്ള അവർ ഏതു നാട്ടിലെത്തിയാലും അവിടേയും നന്മ വർദ്ധിക്കുകയായിരിക്കും ഫലം!" അദ്ദേഹം വിശദമാക്കി.

അപ്പോഴാണ് ഗുരുവിന്റെ അനുഗ്രഹത്തിന്റെ യഥാർത്ഥ അർത്ഥം ശിഷ്യന്മാർക്ക് മനസ്സിലായത്.

32

വിജയരഹസ്യം

ജപ്പാനിൽ പണ്ട് അകിതോ എന്നൊരു വാൾപ്പയറ്റു വീരനു ണ്ടായിരുന്നു. ഒരിക്കൽ താങ്കുറോ എന്ന യുവാവ് വാൾപ്പയറ്റു പഠിക്കാനായി അദ്ദേഹത്തിന്റെ അടുത്തെത്തി. അകിതോ അയാളെ ശിഷ്യനായി സ്വീകരിച്ചു.

കുറേ ദിവസങ്ങൾ കഴിഞ്ഞു. എന്നിട്ടും അകിതോ ശിഷ്യനെ ഒന്നും പഠിപ്പിച്ചില്ല. പകരം എന്നും കുറേ വാളുകൾ താങ്കുറോയ്ക്കു കൊടുത്തിട്ടു പറയും:

"താങ്കുറോ, ഇതെല്ലാം തുടച്ചു മിനുക്കി വയ്ക്ക്!"

താങ്കുറോയ്ക്ക് അതു കേൾക്കുമ്പോൾ കോപം വരും. ഹും! വാൾപ്പയറ്റു പഠിക്കാൻ വന്നിട്ട് തനിക്കു തരുന്ന ജോലി കണ്ടി ല്ലേ? താനെന്താ ഇയാളുടെ വേലക്കാരനോ?

ഇങ്ങനെ കൊല്ലം ഒന്നു കഴിഞ്ഞു. വാളു മിനുക്കാൻ തരിക യല്ലാതെ, ഗുരു തന്നെ ഒന്നും പഠിപ്പിക്കാൻ ഇടയില്ലെന്ന് താങ്കുറോ ഉറപ്പിച്ചു. എത്ര നാളാണ് വെറുതെ വാളും വൃത്തിയാക്കി കഴി യുക?

നിരാശനായ അയാൾ ഒരുദിവസം ആരും അറിയാതെ മറ്റൊരു ഗുരുവിനെത്തേടി സ്ഥലം വിട്ടു.

നടന്നു നടന്ന് താങ്കുറോ ഒരു ഗ്രാമത്തിലെത്തി. അപ്പോ ഴേക്കും രാത്രിയായിക്കഴിഞ്ഞിരുന്നു. പൊടുന്നനെ ഒരു കൂട്ടം

കൊള്ളക്കാർ ഗ്രാമത്തിലേക്കു പാഞ്ഞുവരുന്നത് താങ്കുറോ കണ്ടു. അവർ ഗ്രാമീണരെ ആക്രമിച്ചു കൊള്ളയടിക്കാൻ തുടങ്ങി. 'ഹും, ഗുരു എന്നെ പയറ്റു പഠിപ്പിച്ചിരുന്നെങ്കിൽ! ഞാനിവരെ തോല്പിച്ചോടിച്ചേനെ....' താങ്കുറോ ഓർത്തു.

അപ്പോഴാണ് അഭ്യാസിയായ ഒരു യുവാവ് എവിടെന്നോ ചാടി വീണത്. അരപ്പട്ടയിൽനിന്നു വാൾ വലിച്ചൂരി അയാൾ കൊള്ളക്കാരെ ധീരമായി നേരിട്ടു. അയാളുടെ വെട്ടു തടുക്കാനാവാതെ കൊള്ളക്കാരിൽ പലരും മരിച്ചു വീണു. ശേഷിച്ചവർ ജീവനുംകൊണ്ട് ഓടി.

'വീരനായ ഈ യുവാവിനെത്തന്നെ ഗുരുവാക്കാം' താങ്കുറോ കരുതി. അയാൾ യുവാവിന്റെ അടുത്തു ചെന്നിട്ടു ചോദിച്ചു. "അങ്ങാരാണ്? എന്നെ അങ്ങയുടെ ശിഷ്യനായി സ്വീകരിക്കാമോ?"

"തകാഷി എന്നാണ് എന്റെ പേര്. നിന്നെ ശിഷ്യനാക്കാൻ തക്കവണ്ണം അഭ്യാസമൊന്നും എനിക്കറിയില്ല. പയറ്റ് ഇനിയും പഠിക്കാനായി ഞാനെന്റെ ഗുരുവായ അകിതോയുടെ അടുത്തേക്കു പോകുകയാണ്..." യുവാവ് പറഞ്ഞു.

"എന്ത്! അകിതോയാണോ താങ്കളുടെ ഗുരു? ഹും, ശിഷ്യനായ എന്നെ മാത്രം ആ ദുഷ്ടൻ ഒന്നും പഠിപ്പിച്ചില്ല! എന്നെ വാൾ തുടയ്ക്കുന്ന വേലക്കാരനാക്കി. ഒരു കൊല്ലം കഴിഞ്ഞപ്പോൾ ഞാൻ ഓടിപ്പോന്നു!"

ഇതുകേട്ടപ്പോൾ തകാഷി പൊട്ടിച്ചിരിച്ചു. എന്നിട്ടു പറഞ്ഞു: "ചങ്ങാതീ, എന്നെ അദ്ദേഹം രണ്ടുകൊല്ലമാണ് അതേ പണിയെടുപ്പിച്ചത്! അതുകൊണ്ട് ലോകത്തിലുള്ള ഏതുതരം വാളിനെക്കുറിച്ചും ഇന്നെനിക്കറിയാം! വാളിനെക്കുറിച്ചറിയാതെ പയറ്റു പഠിപ്പിച്ചിട്ടെന്തുകാര്യം? മാത്രമല്ല, ക്ഷമയും കഠിനാദ്ധ്വാനവുമാണ് ഏതു വിദ്യയിലും ഒരാളെ അജയ്യനാക്കുന്നത്.... ഉം, വരൂ, നമുക്ക് ഗുരുവിന്റെ അടുത്തേക്കു തന്നെ പോകാം!"

താൻ കാട്ടിയ മണ്ടത്തരമോർത്ത് താങ്കുറോ ലജ്ജിച്ചു. തകാഷിയോടൊപ്പം അയാൾ ഗുരുവിന്റെ അടുത്തേക്കു മടങ്ങി.

33

രാജാവിന്റെ പരീക്ഷണം

ഗംഗാവതിയിലെ രാജാവാണ് വീരേന്ദ്രസിംഹൻ. അദ്ദേഹ ത്തിന് രണ്ടു മക്കളുണ്ട് – അജയസിംഹനും വിജയസിംഹനും. ആയുധവിദ്യയിൽ ഒരുപോലെ സമർത്ഥരാണ് അവർ. പോരാ ത്തതിന് അതീവ ധീരന്മാരും.

ഒരിക്കൽ വീരേന്ദ്രസിംഹ രാജാവ് വല്ലാതെ ദുഃഖിച്ചിരിക്കു ന്നത് മന്ത്രിയായ കനകസേനൻ കണ്ടു. "എന്തു പറ്റി പ്രഭോ?" മന്ത്രി വിനയത്തോടെ അദ്ദേഹത്തോട് ചോദിച്ചു.

"അജയനും വിജയനും ഒരുപോലെ സമർത്ഥരാണ്. ഇവ രിൽ ആരെയാണ് അടുത്ത രാജാവാക്കുകയെന്ന് ഒരുപിടിയും കിട്ടുന്നില്ല" രാജാവ് പറഞ്ഞു.

"വിഷമിക്കേണ്ട പ്രഭോ, അതിനൊരു ഉപായം ഞാൻ പറ ഞ്ഞു തരാം!" രാജാവിന്റെ ചെവിയിൽ എന്തൊക്കെയോ കാര്യ ങ്ങൾ അദ്ദേഹം മന്ത്രിച്ചു. അതെല്ലാം രാജാവ് തലയാട്ടി സമ്മതിച്ചു.

പിറ്റേന്നു രാവിലെ രാജാവ് മന്ത്രിയോടൊപ്പം വേട്ടയ്ക്കായി കാട്ടിലേക്കു പുറപ്പെട്ടു. കൂടെ, അജയനെയും വിജയനെയും ഏതാനും ഭടന്മാരേയും കൂട്ടി. കുറേ ദൂരം സഞ്ചരിച്ച് അവർ കാടി നടുത്തെത്തി.

അപ്പോഴാണ് ഒരു രാജഭടൻ കുതിരപ്പുറത്തു പാഞ്ഞെത്തി യത്!

"പ്രഭോ, ശത്രുസൈന്യം കൊട്ടാരം ആക്രമിക്കാൻ വരുന്നു! നമ്മുടെ ചാരന്മാർ അറിയിച്ചതാണിക്കാര്യം!" അയാൾ പറഞ്ഞു.

"നിങ്ങൾ വേഗം കൊട്ടാരത്തിലെത്തി ശത്രുക്കളെ നേരിടൂ!" രാജാവ് തന്റെ മക്കളോടു കൽപ്പിച്ചു. ഒരു നിമിഷംപോലും കള യാതെ അജയനും വിജയനും കൊട്ടാരത്തിലേക്കു കുതിച്ചു.

അവർ പാതി വഴിമാത്രം പിന്നിട്ടതേയുള്ളൂ, മറ്റൊരു ഭടൻ അവിടെ പാഞ്ഞെത്തി: "കുമാരന്മാരേ, മഹാരാജാവിനെ ഏതാനും കള്ളന്മാർ ആക്രമിക്കുന്നു!"

ഇതു കേട്ടപ്പോൾ അജയനും വിജയനും പരിഭ്രാന്തിയായി. അച്ഛന്റെ കൽപ്പന അനുസരിക്കണോ അതോ, അച്ഛനെ രക്ഷി ക്കാൻ ഓടിച്ചെല്ലുകയാണോ വേണ്ടത്? അജയസിംഹന് സംശ യമുണ്ടായില്ല. അയാൾ വേഗം അച്ഛന്റെ അടുത്തേക്കു തിരികെ പാഞ്ഞു. വിജയനാകട്ടെ, കൊട്ടാരത്തിലേക്കും. പക്ഷേ, കൊട്ടാര ത്തിലെത്തിയപ്പോഴല്ലേ രസം, അവിടെയെങ്ങും ഒരു ശത്രുവും ഉണ്ടായിരുന്നില്ല! അതുപോലെ, രാജാവിന്റെ അടുത്തെത്തിയ അജ യനും അന്തംവിട്ടു പോയി. അവിടെ കള്ളന്മാരുടെ പൊടിപോ ലുമില്ല!

തിരികെ കൊട്ടാരത്തിലെത്തിയ രാജാവ് കുമാരന്മാരെ അരി കിൽ വിളിച്ചു. എന്നിട്ടു പറഞ്ഞു: "നിങ്ങളെ ഒന്നു പരീക്ഷിക്കാ നാണ് ഞാൻ ഇങ്ങനെയൊരു വിദ്യയൊപ്പിച്ചത്. രാജ്യത്തെയും ജനങ്ങളെയും രക്ഷിക്കണമെന്ന് ആഗ്രഹിച്ച വിജയനാണ് ആ പരീക്ഷയിൽ വിജയിച്ചത്. അതുകൊണ്ട് വിജയനാണ് അടുത്ത രാജാവാകാൻ യോഗ്യത!"

അപ്പോഴാണ് കുമാരന്മാർക്ക് കാര്യം മനസ്സിലായത്. പരീക്ഷ യിൽ തോറ്റെങ്കിലും അടുത്ത രാജ്യാവകാശിയാകാൻ പോകുന്ന വിജയനെ അജയൻ അഭിനന്ദിച്ചു.

34

നിമിഷത്തിന്റെ നീളം

ധനേശപ്രഭു മഹാ പിശുക്കനാണ്. പണമുണ്ടാക്കാനായി എന്തു തട്ടിപ്പും ധനേശൻ ചെയ്യും.

ഒരിക്കൽ അയാൾ ധനദേവതയെ തപസ്സു ചെയ്തു പ്രത്യക്ഷപ്പെടുത്തി.

"ദേവീ, സ്വർഗ്ഗലോകത്ത് ധാരാളം പണമുണ്ടെന്ന് അടിയൻ കേട്ടിട്ടുണ്ട്" ധനേശൻ പറഞ്ഞു.

"ശരിയാണ്" ധനദേവത പറഞ്ഞു.

"ഞങ്ങളുടെ ഒരു കോടി സ്വർണ്ണനാണയങ്ങൾ അവിടെ വില മതിക്കുന്നതെങ്ങനെയാണ്?"

"ഞങ്ങളുടെ ഒരു ചെമ്പുനാണയത്തോളം മാത്രം!" ദേവത പുഞ്ചിരിയോടെ പറഞ്ഞു.

"ഞങ്ങളുടെ എത്ര വർഷമാണ് അവിടത്തെ ഒരു നിമിഷം?" ധനേശൻ വീണ്ടും ചോദിച്ചു.

"ഞങ്ങളുടെ ഒരു നിമിഷം നിങ്ങളുടെ ഒരു ലക്ഷം വർഷത്തോളം വലുതാണ്!" ദേവത പറഞ്ഞു.

'ഹി! ഹി! ഇനി കാര്യം ചോദിക്കുകതന്നെ', ധനേശൻ വിചാരിച്ചു. "എനിക്ക് അവിടത്തെ ഒരു ചെമ്പുനാണയം തരുമോ?" കൗശലത്തോടെ അയാൾ ചോദിച്ചു.

"ഓഹോ, തരാമല്ലോ. ഒരു നിമിഷം കാത്തുനിൽക്കൂ!"
ഇത്രയും പറഞ്ഞ് ദേവത മറഞ്ഞു.
ധനേശൻ ഇളിഭ്യനായി നിന്നു.

35

യഥാർത്ഥ ഭക്തൻ

സൗരാഷ്ട്രയിൽ പണ്ട് ആത്മാനന്ദൻ എന്നൊരു രത്നവ്യാ
പാരിയുണ്ടായിരുന്നു. ജിനദേവന്റെ വലിയ ഭക്തനായിരുന്നു അദ്ദേ
ഹം. സാധുക്കൾക്ക് ആഹാരവും വസ്ത്രവുമൊക്കെ വേണ്ടു
വോളം നൽകാൻ ആത്മാനന്ദന് തെല്ലും മടിയില്ലായിരുന്നു.

അങ്ങനെയിരിക്കേ, ക്ഷേത്രത്തിൽ പൗർണ്ണമി മഹോത്സവം
വന്നു. പൗർണ്ണമിനാളിൽ ക്ഷേത്രദർശനം നടത്തുന്നവർ ഉട
ലോടെ സ്വർഗ്ഗത്തിലെത്തുമെന്നാണ് പലരുടേയും വിശ്വാസം.
അതുകൊണ്ട് ആത്മാനന്ദൻ വളരെ നേരത്തേ തന്നെ ക്ഷേത്രത്തി
ലേക്കു തിരിച്ചു. പക്ഷേ, എന്തുകാര്യം? ക്ഷേത്രത്തിനകത്തും
പുറത്തും ഭക്തജനങ്ങൾ തിങ്ങിക്കൂടിയിരിക്കയാണ്. അകത്തു
കടക്കാൻ ഒരു വഴിയുമില്ല!

ഒടുവിൽ ആത്മാനന്ദൻ, തിരക്കിനിടയിലൂടെ വളരെ കഷ്ട
പ്പെട്ട് ക്ഷേത്രത്തിനകത്ത് കയറാനെത്തി. അവിടെ വഴിയിൽ ഒരു
പാവപ്പെട്ട വൃദ്ധൻ നിന്നിരുന്നു. ആത്മാനന്ദൻ അയാളെ ഊക്കിൽ
ഒരുവശത്തേക്ക് തള്ളി മാറ്റി. എന്നിട്ട് ക്ഷേത്രത്തിനകത്തേക്ക് കയ
റി. അതിനുശേഷം സന്തോഷത്തോടെ ദേവവിഗ്രഹത്തിനു
മുന്നിൽ വണങ്ങി നിന്നു. ഇത്രയേറെ തിരക്കുണ്ടായിട്ടും തൊട്ട
ടുത്തുനിന്ന് ദേവനെ തൊഴാൻ കഴിഞ്ഞത് മഹാഭാഗ്യം തന്നെ!
ആത്മാനന്ദൻ മനസ്സിൽ പറഞ്ഞു.

അന്നുരാത്രി ഉറങ്ങാൻ കിടന്നപ്പോൾ ആത്മാനന്ദൻ വിചി ത്രമായ ഒരു സ്വപ്നം കണ്ടു. സ്വപ്നത്തിലതാ, ക്ഷേത്രത്തിൽ താൻ വണങ്ങുന്ന ജിനദേവനെപ്പോലിരിക്കുന്ന ഒരാൾ തന്റെ മുന്നിലൂടെ കടന്നുപോകുന്നു! ഇതുകണ്ടപ്പോൾ ആത്മാനന്ദന്റെ ആഹ്ലാദത്തിന് അതിരുണ്ടായിരുന്നില്ല.

"പ്രഭോ, ഇന്നലെ പൗർണ്ണമിനാളിൽ അങ്ങയെ തൊട്ടടുത്തു നിന്ന് തൊഴാൻ അടിയന് ഭാഗ്യമുണ്ടായി. അങ്ങയുടെ കാരുണ്യം ഒന്നുകൊണ്ടു മാത്രമാണ് എനിക്കതിനു സാധിച്ചത്!" ആത്മാന ന്ദൻ ഇടറുന്ന ശബ്ദത്തോടെ പറഞ്ഞു.

അതുകേട്ട് സ്വപ്നത്തിലെ ജിനദേവൻ പുഞ്ചിരിതൂകി. എന്നിട്ടു പറഞ്ഞു:

"വത്സാ, നീ ക്ഷേത്രത്തിലേക്കു വരുന്നതേ ഞാൻ കണ്ടിരു ന്നുള്ളൂ. നീ എന്റെ മുന്നിൽ വന്നതും എന്നെ വന്ദിച്ചതുമൊന്നും ഞാൻ കണ്ടതേയില്ല. എന്റെ ശ്രദ്ധ മുഴുവനും നീ ക്ഷേത്രത്തി ലേക്ക് തിരക്കു പിടിച്ചു കയറുമ്പോൾ തള്ളി മാറ്റിയ ആ പാവം വൃദ്ധനിലായിരുന്നു!"

"വൃദ്ധനോ?" ആത്മാനന്ദൻ അത്ഭുതത്തോടെ ചോദിച്ചു.

"അതെ, നീ തള്ളിമാറ്റിയപ്പോൾ സാധുവായ ഒരു വൃദ്ധൻ മറിഞ്ഞു വീണുപോയി! അയാൾക്ക് കൂടുതൽ വേദനയുണ്ടാകാ തിരിക്കാനാണ് ഞാൻ ഇന്നു മുഴുവൻ ശ്രദ്ധിച്ചത്!" ഇത്രയും പറഞ്ഞ് ദേവൻ അപ്രത്യക്ഷനായി.

ജിനദേവൻ പറഞ്ഞത് ശരിയാണെന്ന് പിന്നീട് ആത്മാന ന്ദനും ബോദ്ധ്യമായി. മറ്റുള്ളവരുടെ കഷ്ടപ്പാടുകൾ കാണാതെ സ്വന്തം ഇഷ്ടത്തിനനുസരിച്ച് ദൈവത്തെ പ്രാർത്ഥിച്ചിട്ടെന്തു കാര്യം? ആ പ്രാർത്ഥന ദൈവം കേൾക്കില്ലെന്ന് ആത്മാനന്ദനു മനസ്സിലായി.

അന്നുമുതൽ ആത്മാനന്ദൻ ക്ഷേത്രത്തിൽ എത്തുമ്പോൾ മറ്റുള്ളവരെ ബുദ്ധിമുട്ടിക്കാതിരിക്കാൻ പ്രത്യേകം ശ്രദ്ധിക്കാൻ തുടങ്ങി.

36

ക്ഷമയുടെ ഫലം

പേർഷ്യയിലെ പ്രശസ്തനായ രത്നവ്യാപാരിയായിരുന്നു ഹക്കീം.

ഒരിക്കൽ മൻസൂർ എന്ന യുവാവ് രത്നങ്ങളെക്കുറിച്ച് പഠി ക്കാൻ ഹക്കീമിന്റെ അടുത്തെത്തി. ഹക്കീം ഒരു രത്നക്കല്ലെടുത്ത് മൻസൂറിന് നൽകി. എന്നിട്ട് അതിൽത്തന്നെ നോക്കിയിരിക്കാൻ പറഞ്ഞു.

മൻസൂർ അങ്ങനെ ചെയ്തു. എന്നാൽ, മണിക്കൂറുകളോളം രത്നത്തിൽ നോക്കിയിരുന്ന അവന്റെ കണ്ണു വേദനിക്കാൻ തുട ങ്ങി. അപ്പോൾ ഹക്കീം രത്നം തിരികെ വാങ്ങി മൻസൂറിനോട് പിറ്റേ ദിവസം വരാൻ പറഞ്ഞു.

അന്നും ഹക്കീം രത്നം മൻസൂറിന് നോക്കാൻ നൽകി. പിറ്റേന്നും അതിന്റെ പിറ്റേന്നുമൊക്കെ ഇത് ആവർത്തിച്ചു. അങ്ങനെ ആഴ്ചകളും മാസങ്ങളും കഴിഞ്ഞു. എന്നിട്ടും ഹക്കീം പ്രത്യേകിച്ച് യാതൊന്നും അവനെ പഠിപ്പിച്ചില്ല. അതുകണ്ട് മൻസൂറിന് സങ്കടവും ദേഷ്യവും വന്നു. എങ്കിലും അവൻ ഒന്നും പറഞ്ഞില്ല.

ഒരുദിവസം പതിവുപോലെ മൻസൂർ രത്നം നോക്കാനായി കൈയിലെടുത്തു. അതുവരെ നോക്കിയിരുന്ന രത്നമല്ല അതെന്ന് പൊടുന്നനെ അവന് മനസ്സിലായി.

"ഹയ്യോ, രത്നം മാറിപ്പോയി! ഇന്നലെവരെ ഞാൻ നോക്കി ക്കൊണ്ടിരുന്ന രത്നം ഇതല്ല!" മൻസൂർ പറഞ്ഞു.

ഉടനെ ഹക്കീം അവനെ നോക്കി പുഞ്ചിരിച്ചു: "ഹ! ഹ! ഇതിനുമുമ്പ് പല ദിവസങ്ങളിലും ഞാനിങ്ങനെ രത്നം മാറ്റിയി രുന്നു. പക്ഷേ, ഇപ്പോൾ മാത്രമാണ് നിനക്കത് തിരിച്ചറിയാൻ കഴിഞ്ഞത്. മറ്റൊരു തരത്തിൽ പറഞ്ഞാൽ രത്നങ്ങളെക്കുറിച്ച് പഠിക്കാനുള്ള പ്രാപ്തി നിനക്കുണ്ടായി എന്നർത്ഥം! വരൂ, ഇന്നുമുതൽ നിന്നെ വിശദമായി പഠിപ്പിക്കാം!"

ഏതു വിദ്യ പഠിക്കാനും ക്ഷമയാണ് വേണ്ടതെന്ന് മൻസൂ റിന് മനസ്സിലായി. വൈകാതെ, ഹക്കീമിനെപ്പോലെതന്നെ പ്രശ സ്തനായ രത്നവ്യാപാരിയായി അവൻ മാറി

37

സന്തോഷത്തിന്റെ ഉറവിടം

പണ്ടൊരിക്കൽ വിഷ്ണുദത്തൻ എന്നുപേരായ ഒരു രാജാവ് ഉണ്ടായിരുന്നു. മഹാപരാക്രമിയായിരുന്നു അദ്ദേഹം. അയൽരാ ജ്യങ്ങളെല്ലാം ആക്രമിച്ചു കീഴടക്കി സ്വന്തം രാജ്യത്തിന്റെ അതിർത്തി വിസ്തൃതമാക്കുന്നതിലായിരുന്നു എപ്പോഴും വിഷ്ണുദത്തന്റെ ശ്രദ്ധ.

വലിയ സാമ്രാജ്യത്തിന്റെ ഉടമയാണെങ്കിലും വിഷ്ണുദത്തൻ വളരെ ദുഃഖിതനായിരുന്നു. പണവും പ്രതാപവുമൊക്കെയുണ്ട്. പക്ഷേ, എപ്പോഴും എന്തോ ഒരു മനഃസമാധാനമില്ലായ്മ! എന്നും യുദ്ധത്തെക്കുറിച്ചും വെട്ടിപ്പിടിക്കാനുള്ള രാജ്യങ്ങളെക്കുറിച്ചുമൊ ക്കെയുള്ള ചിന്തകളല്ലേ? തലയിലുള്ളത് ഒരു മുൾക്കിരീടമാ ണെന്ന് അദ്ദേഹത്തിന് തോന്നിത്തുടങ്ങി!

ഒരുനാൾ വിഷ്ണുദത്തൻ എന്തുചെയ്തെന്നോ? ആരോടും പറയാതെ ഒറ്റയ്ക്ക് അദ്ദേഹം തന്റെ പ്രിയപ്പെട്ട വെള്ളക്കുതി രയുടെ പുറത്തു കയറി വനത്തിലേക്കു പോയി!

കാട്ടിലെത്തിയപ്പോഴാണ് വിഷ്ണുദത്തൻ മധുരമായ ഒരു ഓടക്കുഴൽനാദം കേട്ടത്. മനോഹരമായ ആ ശബ്ദത്തിന്റെ ഉറ വിടം തേടി രാജാവ് നടക്കാൻ തുടങ്ങി. നടന്നു നടന്ന് അദ്ദേഹം ഒരു മുളങ്കാടിനടുത്തെത്തി. അവിടെയിരുന്ന് ഒരു ആട്ടിടയൻ തന്റെ ഓടക്കുഴൽ വിളിക്കുന്നതാണ് അദ്ദേഹം കണ്ടത്. ആ ഗാനത്തിൽ

മുഴുകി രാജാവ് എല്ലാം മറന്ന് നിന്നുപോയി!

"ഒരു ആട്ടിടയനായ നീ എത്ര സന്തോഷത്തോടെയാണ് ഈ ഓടക്കുഴൽ വിളിക്കുന്നത്? ഞാൻ ഒരു മഹാസാമ്രാജ്യത്തിന്റെ അധിപനാണ്. പക്ഷേ, എനിക്ക് സന്തോഷിക്കാനേ കഴിയുന്നില്ല!" രാജാവ് സങ്കടത്തോടെ ആ ആട്ടിടയനോട് പറഞ്ഞു.

ശബ്ദംകേട്ട് ആട്ടിടയൻ തിരിഞ്ഞു നോക്കി. വാസ്തവത്തിൽ രാജാവിനെ അപ്പോഴാണ് അവൻ കണ്ടതുതന്നെ! പരിസരംമറന്ന് താൻ വായിക്കുന്ന പാട്ടിൽ ലയിച്ചിരിക്കുകയായിരുന്നു അവനും. ഓടക്കുഴൽ വിളിനിർത്തി ആട്ടിടയൻ രാജാവിനെ നോക്കി വിനയത്തോടെ ഇങ്ങനെ പറഞ്ഞു:

"മഹാരാജൻ, സന്തോഷത്തിന്റെ രഹസ്യം ഒരിക്കലും നമുക്ക് എന്തുണ്ട് എന്നതിനെ ആശ്രയിച്ചല്ല. മറിച്ച് നമ്മുടെ കൈയിലുള്ളത് എങ്ങനെ ഉപയോഗിക്കുന്നു എന്നതിനെ അനുസരിച്ചാണ്. അതുകൊണ്ട് മറ്റുള്ളവരെ എങ്ങനെ സന്തോഷിപ്പിക്കാനാവും എന്നതിലാണ് കാര്യം!"

ആട്ടിടയന്റെ വാക്കുകൾ കേട്ട് രാജാവിന്റെ മനസ്സ് നിറഞ്ഞു. രാജാവ് സന്തോഷത്തോടെ തന്റെ മോതിരമൂരി ആട്ടിടയന് സമ്മാനിച്ചു. എന്നിട്ട് തിരികെ കൊട്ടാരത്തിലേക്കു പോയി.

തുടർന്നുള്ള കാലം സമാധാനത്തിന്റെയും ഐശ്വര്യത്തിന്റെയും നാളുകളായിരുന്നു. ഒരു രാജ്യംപോലും ആക്രമിക്കാതെ, തന്റെ പ്രജകളെ അളവറ്റ് സ്നേഹിച്ച് വിഷ്ണുദത്തൻ രാജ്യം ഭരിച്ചു.

38

ശത്രുവും മിത്രവും

മഗധയിലെ രാജാവായിരുന്നു സൂര്യസിംഹൻ. ശക്തനും പ്രതാപിയുമായിരുന്നെങ്കിലും അദ്ദേഹത്തിന്റെ പ്രശസ്തി എല്ലാ യിടത്തും പരന്നിരുന്നത് അതുകൊണ്ടൊന്നുമായിരുന്നില്ല. പകരം അദ്ദേഹം മറ്റുള്ളവരോടു കാണിച്ചിരുന്ന കാരുണ്യംകൊണ്ടായി രുന്നു.

എന്നാൽ അയൽരാജാവായ വീരസേനൻ മാത്രം സൂര്യസിം ഹന്റെ കടുത്ത ശത്രുവായിരുന്നു. വീരസേനന്റെ അച്ഛനും സൂര്യ സിംഹന്റെ അച്ഛനും തമ്മിലുള്ള വിരോധമായിരുന്നു അതിനു കാരണം.

തന്നെപ്പോലെ വീരസേനനും ശക്തനാണെന്ന് സൂര്യസിം ഹന് അറിയാം. എങ്കിലും വീരസേനൻ ഒരിക്കലും തന്നെ ആക്ര മിക്കാൻ ധൈര്യപ്പെടില്ലെന്നും അദ്ദേഹം കണക്കുകൂട്ടി. കാരണം, ആയുധബലത്തിൽ രണ്ടാളും തുല്യരായിരുന്നെങ്കിലും മറ്റ് അയൽ രാജാക്കന്മാരെല്ലാം സൂര്യസിംഹന്റെ മിത്രങ്ങളായിരുന്നു. ഒരു ആക്രമണമുണ്ടായാൽ അവരെല്ലാം സൂര്യസിംഹനെ സഹാ യിക്കാൻ പാഞ്ഞെത്തും എന്ന കാര്യം ഉറപ്പാണ്.

അങ്ങനെയിരിക്കെ, ഒരിക്കൽ വീരസേനന്റെ കൊട്ടാര ത്തിൽനിന്ന് വലിയൊരു സംഘം ആളുകൾ സൂര്യസിംഹനെ മുഖം കാണിക്കാനെത്തി. വീരസേനന്റെ മകന് സൂര്യസിംഹന്റെ

മകളെ വിവാഹം കഴിച്ചുകൊടുക്കണമെന്ന ആവശ്യവുമായിട്ടാണ് അവർ വന്നത്.

സൂര്യസിംഹൻ കൂടുതലൊന്നും ആലോചിച്ചില്ല. മകളെ വിവാഹം കഴിച്ചുകൊടുക്കാൻ സമ്മതമാണെന്ന് അദ്ദേഹം അറി യിച്ചു.

സൂര്യസിംഹൻ പറഞ്ഞതുകേട്ട് എല്ലാവരും അത്ഭുതപ്പെട്ടു പോയി. ശത്രുവിന്റെ മകന് സ്വന്തം മകളെ കൊടുക്കാനോ? മന്ത്രി യായ സുധർമ്മൻ ഇക്കാര്യം സൂര്യസിംഹനോട് ചോദിക്കുക തന്നെ ചെയ്തു.

അതുകേട്ട് സൂര്യസിംഹൻ പുഞ്ചിരിതൂകി. എന്നിട്ടു പറഞ്ഞു:

"സുധർമ്മാ, ചങ്ങാതിമാരായ നൂറ് അയൽരാജാക്കന്മാർ ഒരു പ്രശ്നമേയല്ല. പക്ഷേ, ശത്രുവായ ഒരേയൊരു അയൽരാജാവ് എന്നും എനിക്ക് ഭീഷണിയാണ്. ശത്രുക്കളില്ലാത്തതാണ് ഒരു രാജ്യത്തിന്റെയും ആ രാജ്യത്തെ രാജാവിന്റേയും ഏറ്റവും വലിയ ഭാഗ്യം എന്നറിയില്ലേ? അതുകൊണ്ട് ഇനിയുള്ള കാലം എനിക്ക് സമാധാനമായി രാജ്യം ഭരിക്കാം!"

സൂര്യസിംഹൻ ചെയ്തത് ശരിയായ പ്രവൃത്തിയാണെന്ന് സുധർമ്മന് മനസ്സിലായി. വൈകാതെ വീരസേനന്റെ മകനുമായി സൂര്യസിംഹന്റെ മകളുടെ വിവാഹം കെങ്കേമമായി നടന്നു. അതോടെ, അവശേഷിച്ച ഒരേയൊരു ശത്രുരാജാവിനെയും സൂര്യ സിംഹൻ തന്റെ മിത്രമാക്കുകയും ചെയ്തു.

39

ഒരു സമയം ഒരു വിദ്യ

ചേദി രാജ്യത്തെ യുവരാജാവായിരുന്നു ജയസിംഹൻ. അടുത്തു തന്നെ രാജാവാകാനുള്ളതല്ലേ? ജയസിംഹന് എല്ലാ കലകളും അഭ്യസിക്കണമെന്നു തോന്നി. അദ്ദേഹം, അതിനു പറ്റിയ ഒരു ഗുരുവിനെ കൊട്ടാരത്തിൽ വരുത്തി.

ആദ്യം സംഗീതമാണ് ജയസിംഹൻ പഠിച്ചത്. ഒന്നുരണ്ടു കൊല്ലം അത് അഭ്യസിച്ചു. അപ്പോഴേക്കും ചിത്രകല പഠിക്കാ നായി യുവരാജാവിന് താൽപ്പര്യം. അത് കുറച്ചുകാലം പഠിച്ച പ്പോഴേക്കും കായികാഭ്യാസങ്ങൾ പഠിക്കുന്നതിലായി കമ്പം.

ഒരിക്കൽ കൊട്ടാരത്തിൽ കുറേ മത്സരങ്ങൾ നടന്നു. താൻ പഠിച്ച കലകളിലെല്ലാം ജയസിംഹനും പങ്കെടുത്തു. എന്നാൽ ഒന്നിലും വിജയിയാവാൻ യുവരാജാവിനു കഴിഞ്ഞില്ല. "ഹും, ഗുരു എന്നെ വേണ്ട രീതിയിൽ ഒന്നും പഠിപ്പിച്ചില്ല!" ജയസിം ഹൻ ദേഷ്യത്തോടെ ഗുരുവിനെ കുറ്റപ്പെടുത്തി.

അപ്പോൾ ഗുരു ഒരു സ്ഫടികഭരണി ജയസിംഹന് നൽകി. അതിൽ ഏറ്റവും അടിയിലായി കറുത്ത ഒരു പൊടി നിറച്ചിരു ന്നു. അതിനുമുകളിൽ അതേ അളവിൽ ചുവന്ന പൊടിയും. അതിനു മുകളിലാവട്ടെ, അത്രയും കനത്തിൽ വെളുത്തപൊടിയും നിറച്ചിരുന്നു.

സ്ഫടിക ഭരണി ശക്തിയായി കുലുക്കാൻ ഗുരു ആവശ്യ

പ്പെട്ടു. അതുപോലെ ചെയ്തപ്പോൾ ജയസിംഹൻ കണ്ടതോ?- മൂന്നു പൊടികളും ചേർന്ന് ചാരനിറത്തിലുള്ള ഒരു പൊടിയായി മാറിയിരിക്കുന്നു!

"യുവരാജാവേ, ഏതു വിദ്യയായായാലും അതുമുഴുവനായി അറിയുന്നതുവരെ പഠിക്കണം. അല്ലെങ്കിൽ എല്ലാം കൂടിക്കലെർന്ന് ഒന്നിലും പ്രാഗത്ഭ്യമില്ലാതാവും. പലനിറത്തിലുള്ള ഈ പൊടി കൾ കൂട്ടിക്കലർത്തുന്നതുപോലെയാണത്." ഗുരു പറഞ്ഞു.

ഗുരുവിന്റെ വാക്കുകേട്ട് ജയസിംഹൻ ലജ്ജിച്ചു തലതാഴ്ത്തി.

40

രാജകുമാരൻ പഠിച്ച പാഠം

ധനുപുരം എന്ന രാജ്യത്തെ രാജാവായിരുന്നു ധനഞ്ജ
യൻ. അദ്ദേഹത്തിന്റെ സൈന്യാധിപനാണ് ചന്ദ്രദത്തൻ. പുറമെ
ശാന്തസ്വഭാവിയാണെങ്കിലും കൂർമ്മബുദ്ധിയും യുദ്ധതന്ത്രങ്ങ
ളിൽ സമർത്ഥനുമായിരുന്നു ചന്ദ്രദത്തൻ. അതുകൊണ്ടുതന്നെ
അയൽരാജ്യങ്ങൾക്കൊന്നും ധനുപുരത്തെ കീഴടക്കാൻ കഴിഞ്ഞി
രുന്നില്ല.

രാജാവിന് ഒരു മകനുണ്ട്. എടുത്തുചാട്ടക്കാരനും മുൻകോ
പിയുമായ സുധീരൻ. അത്യാവശ്യം ആയുധവിദ്യകളൊക്കെ പഠി
ച്ചിരുന്നെങ്കിലും അതിലൊന്നും പ്രഗത്ഭനായിരുന്നില്ല കുമാരൻ.
സൈന്യാധിപനായ ചന്ദ്രദത്തന്റെ അടുത്തുനിന്ന് യുദ്ധവിദ്യയും
അഭ്യാസമുറകളുമെല്ലാം പഠിക്കാൻ രാജാവ് കുമാരനോട് പറ
ഞ്ഞു. പക്ഷേ, അവൻ അത് അനുസരിച്ചില്ല.

അപ്പോഴാണ് അയൽരാജ്യത്തെ സൈന്യം ആക്രമണത്തി
നെത്തുന്നു എന്ന വിവരം ചാരന്മാർ വഴി ധനഞ്ജയ രാജാവ്
അറിഞ്ഞത്. അക്കാര്യം കേട്ട ഉടൻ സുധീരൻ ഉത്സാഹത്തോടെ
അച്ഛനോടു പറഞ്ഞു: "അച്ഛാ, ഞാൻ സൈന്യവുമായിച്ചെന്ന്
അവരെ തോൽപ്പിച്ചുകൊള്ളാം!"

രാജാവ് സമ്മതിച്ചു. എന്നാൽ, അദ്ദേഹം കുമാരനോടൊപ്പം
ചന്ദ്രദത്തനേയും അയച്ചു. വൈകാതെ അവരുടെ സൈന്യം

അതിർത്തിയിലെ കാടിനടുത്തെത്തി. അപ്പോഴാണ് കാട്ടിൽ നിന്ന് കുറേ പക്ഷികൾ കൂട്ടമായി പറന്നുയർന്നത്. ഇതുകണ്ട ചന്ദ്രദ ത്തൻ, കാട്ടിലേക്കു കടക്കാൻ തുടങ്ങിയ രാജകുമാരനെ തടഞ്ഞു: "കുമാരാ, നിൽക്കൂ.... അവിടെ എന്തോ കുഴപ്പമുണ്ട്!"

എന്നാൽ ചന്ദ്രദത്തന്റെ മുന്നറിയിപ്പ് സുധീരൻ ശ്രദ്ധിച്ചതേ യില്ല. അവൻ കുതിരയുമായി നേരെ മുന്നോട്ടു കുതിച്ചു. അടുത്ത നിമിഷം ഒരമ്പു പാഞ്ഞുവന്ന് കുമാരന്റെ തോളിൽ തറച്ചു. പരി ക്കേറ്റ കുമാരനെ കൊട്ടാരത്തിലെത്തിക്കാൻ ഏർപ്പാടു ചെയ്തിട്ട് ചന്ദ്രദത്തൻ എതിരാളികളെ നേരിടാനാരംഭിച്ചു.

വൈകാതെ, ശത്രുക്കളെ തുരത്തിയോടിച്ച് ചന്ദ്രദത്തൻ കൊട്ടാരത്തിൽ തിരിച്ചെത്തി. അദ്ദേഹം നേരെ സുധീരന്റെ അടു ത്തുചെന്നു.

"താങ്കൾ എങ്ങനെയാണ് കാട്ടിൽ ശത്രുക്കളുണ്ടെന്ന് മന സ്സിലാക്കിയത്?" സുധീരൻ ചോദിച്ചു.

"കുമാരാ, യുദ്ധത്തിൽ ഏറ്റവും മുമ്പിൽ പോകേണ്ടത് നമ്മ ള്ളല്ല, നമ്മുടെ കാഴ്ചയാണ്. അമ്പു തൊടുക്കുംമുമ്പ് കണ്ണും മനസ്സും ഉപയോഗിക്കാൻ പഠിക്കണം. കാട്ടിൽനിന്ന് കിളികൾ പേടിച്ചു പറന്നു പൊങ്ങുന്നത് കണ്ടപ്പോൾത്തന്നെ അവിടെ ശത്രു ക്കൾ ഒളിഞ്ഞിരിപ്പുണ്ടെന്ന് എനിക്കു മനസ്സിലായി!" ചന്ദ്രദത്തൻ വിനയത്തോടെ പറഞ്ഞു.

സുധീരന് തന്റെ തെറ്റു മനസ്സിലായി. അവൻ ചന്ദ്രദത്തനോടു മാപ്പു പറഞ്ഞ് അദ്ദേഹത്തിന്റെ ശിഷ്യനായി.

41

ധനദത്തന്റെ മാളിക

പണ്ടൊരു ഗ്രാമത്തിൽ ധനദത്തൻ എന്നൊരാളുണ്ടായിരു ന്നു. ഒരിക്കൽ അയാൾ തന്റെ കൊച്ചുവീടിന്റെ സ്ഥാനത്ത് ഒരു മണിമാളിക പണിയാൻ തീരുമാനിച്ചു. വൈകാതെ അയാൾ പട്ട ണത്തിൽനിന്ന് പ്രശസ്തനായൊരു ശില്പിയെ വരുത്തി.

"ഈ ഗ്രാമത്തിലെ ഏറ്റവും ഗംഭീരമായ വീടായിരിക്കണം എന്റേത്. അതുപോലെ ഒരു മണിമന്ദിരം മറ്റാർക്കും ഉണ്ടാക്കാൻ കഴിയരുത്" ധനദത്തൻ പറഞ്ഞു.

ഇതുകേട്ടപ്പോൾ ശില്പി പറഞ്ഞു: "ശരി, പക്ഷേ, നല്ല മാളിക പണിയാൻ ധാരാളം മരങ്ങൾ വേണ്ടിവരും. പിന്നെ പണവും!"

"അതിനെന്താ, എന്റെ ഈ പറമ്പിൽ നിൽക്കുന്ന കൂറ്റൻ മര ങ്ങൾ കണ്ടില്ലേ? വീടിന്റെ നെടുംതൂണുകളാണ് ഈ മരങ്ങൾ എന്നാണ് എന്റെ അച്ഛൻ പറയാറ്. സംശയിക്കേണ്ട, അതെല്ലാം മുറിച്ച് മാളിക പണിതുകൊള്ളൂ!" ധനദത്തൻ പറഞ്ഞു.

അങ്ങനെ മണിമാളികയുടെ പണി തുടങ്ങി. ശില്പി പറ മ്പിലെ വൻ മരങ്ങൾ ഒന്നൊഴിയാതെ വെട്ടിവീഴ്ത്തി. ദൂരദേശ ങ്ങളിൽ നിന്നും വെണ്ണക്കല്ലുകൾ കൊണ്ടുവന്നു. വൈകാതെ ഒരു വമ്പൻ മാളിക അവിടെ ഉയർന്നു.

കണ്ടവർ കണ്ടവർ ധനദത്തനെ പുകഴ്ത്തി. അതുകേട്ടപ്പോൾ ധനദത്തനു സന്തോഷമായി. കുറേ കടം വാങ്ങിയാലെന്താ,

മാളിക ഗംഭീരമായില്ലേ!

പക്ഷേ ആ സന്തോഷം ഏറെനാൾ നീണ്ടുനിന്നില്ല. കൊടും വേനലിൽ മാളിക ചുട്ടുപഴുത്തു. മരങ്ങളൊന്നും ഇല്ലാത്തതു കൊണ്ട് ഒരിറ്റു തണലോ തണുത്ത കാറ്റോ അവിടെ ഉണ്ടായിരു ന്നില്ല.... അതിനിടെ കടം വീട്ടാൻ നിവൃത്തിയില്ലാതെ അയാൾ തന്റെ കൈവശമുണ്ടായിരുന്ന വിലപിടിപ്പുള്ള വസ്തുക്കളെല്ലാം എടുത്തു വിറ്റു.

അപ്പോഴാണ് പറമ്പിലെ മരങ്ങളെക്കുറിച്ച് അച്ഛൻ പറഞ്ഞി രുന്ന വാക്കുകളുടെ അർത്ഥം അയാൾക്കു മനസ്സിലായത്. വാസ്ത വത്തിൽ ആ മരങ്ങളായിരുന്നു തന്റെ പഴയ കൊച്ചുവീടിന്റെ ഐശ്വര്യം. പ്രകൃതി എത്രയോ കാലം കൊണ്ടു വളർത്തി വലു താക്കിയ ആ മഹാവൃക്ഷങ്ങളാണു താൻ ഒരൊറ്റയടിക്കു വെട്ടി വീഴ്ത്തിയത്!

ധനദത്തന് തന്റെ തെറ്റു മനസ്സിലായി. അയാൾ തന്റെ മാളികവീടു വിറ്റ് ധാരാളം മരങ്ങളുള്ള ഒരു പറമ്പു വാങ്ങി. എന്നിട്ട് അതിൽ ചെറിയ ഒരു വീടു വച്ച് അവിടെ സുഖമായി ജീവിച്ചു.

42

തെറ്റും ശിക്ഷയും

പഞ്ചാബിലെ രാജാവായിരുന്നു രഞ്ജിത്ത് സിങ്. ഒരിക്കൽ അദ്ദേഹം പടയാളികളോടൊപ്പം ഒരു ഓറഞ്ചു തോട്ടത്തിലെത്തി. പെട്ടെന്ന് എവിടെനിന്നോ ഒരു കല്ല് പാഞ്ഞുവന്ന് രാജാവിന്റെ നെറ്റിയിൽ കൊണ്ടു! നെറ്റിയിൽനിന്ന് ചോരയൊഴുകാൻ തുട ങ്ങി.

ഭടന്മാർ കല്ലെറിഞ്ഞയാളെ തിരഞ്ഞു. വൈകാതെ അവർ എവിടെനിന്നോ ഒരു കുട്ടിയെ പിടികൂടി കൊണ്ടുവന്നു.

"പ്രഭോ, ഈ ധിക്കാരിയാണ് അങ്ങയെ കല്ലെറിഞ്ഞത്! ഇവന് കടുത്ത ശിക്ഷ നൽകിയാലും!"

പേടിച്ചെരണ്ട കുട്ടിയെ രാജാവ് നോക്കി. രാജാവ് കുഞ്ഞിനെ അടുത്തു വിളിച്ചു.

"കുഞ്ഞേ, നീ എന്തിനാ കല്ലെറിഞ്ഞത്?"

"ക്ഷമിക്കണം പ്രഭോ. ഞാൻ ഓറഞ്ചിനു വേണ്ടി കല്ലെറി ഞ്ഞതാണ്. അത് ലക്ഷ്യം തെറ്റി അങ്ങയുടെ നെറ്റിയിൽ കൊണ്ട താണ്!" കുട്ടി കരഞ്ഞുകൊണ്ട് പറഞ്ഞു.

രാജാവ് അവനെ നോക്കി പുഞ്ചിരിച്ചു. എന്നിട്ട് ഭടന്മാരുടെ നേരെ തിരിഞ്ഞു: "അറിയാതെ അബദ്ധം പറ്റിയ ഈ കുട്ടിയെ വേദനിപ്പിക്കാൻ പാടില്ല. കുട്ടികൾ പൂക്കളെപ്പോലെ നിഷ്കളങ്ക രാണ്. ഇളം നാമ്പുകളായ അവരെ ഒരിക്കലും വേദനിപ്പിക്കരു

ത്. അവർ ആഹ്ലാദത്തോടെ വളരട്ടെ. എങ്കിൽ മാത്രമേ വലുതാ
വുമ്പോൾ അവർക്ക് സ്നേഹവും ദയയും ഉണ്ടാകൂ."

ഓറഞ്ചും മധുര പലഹാരങ്ങളും നൽകി രഞ്ജിത്ത്സിങ്
കുട്ടിയെ യാത്രയാക്കി.

43

നല്ല ഉപദേശം

ശങ്കരമുനിയുടെ ശിഷ്യന്മാരായിരുന്നു ജീവകനും ജീമൂത നും. രാജനീതിയെക്കുറിച്ചും ഭരണകാര്യങ്ങളെക്കുറിച്ചുമാണ് അദ്ദേഹം അവരെ പഠിപ്പിച്ചിരുന്നത്. അവരിൽ ജീമൂതനായിരുന്നു കൂടുതൽ പണ്ഡിതൻ.

പഠനമെല്ലാം കഴിഞ്ഞ് അവർ ചിത്രാംഗം എന്ന രാജ്യത്തെ ത്തി. അവിടത്തെ രാജാവായിരുന്നു ചിത്രസേനൻ. പണ്ഡിതന്മാ രായ ജീവകനേയും ജീമൂതനേയും രാജാവിന് ഇഷ്ടപ്പെട്ടു. അദ്ദേഹം അവരെ തന്റെ ഉപദേഷ്ടാക്കളായി നിയമിച്ചു: നല്ല ഭര ണകർത്താവായിരുന്നു ചിത്രസേനൻ. എന്നാൽ രാജാവെന്ന നില യിൽ അദ്ദേഹത്തേക്കാൾ പേര് അയൽരാജ്യത്തെ വീരബാഹു വിനായിരുന്നു. അതുകൊണ്ടുതന്നെ വീരബാഹുവിനെ ചിത്ര സേനന് ഇഷ്ടമായിരുന്നില്ല. ഇങ്ങനെ അസൂയ മൂത്തുമൂത്ത് വീര ബാഹുവിനെ ആക്രമിച്ചു കീഴടക്കാൻ ചിത്രസേനൻ തീരുമാനി ച്ചു. എന്നാൽ വീരബാഹുവിന്റെ സൈന്യബലം എത്രത്തോള മുണ്ട് എന്നറിയണമല്ലോ. അത് അറിഞ്ഞുവരാൻ അദ്ദേഹം ജീവ കനേയും ജീമൂതനേയും ശട്ടംകെട്ടി.

വൈകാതെ ജീവകനും ജീമൂതനും അയൽനാട്ടിലേക്ക് യാത്ര യായി. അവിടത്തെ ഓരോ കാര്യങ്ങളും അവർ നേരിട്ടു കണ്ടു മനസ്സിലാക്കി. എന്നിട്ട് തിരികെ വരികയും ചെയ്തു.

"ജീമൂതാ, വീരബാഹുവിന്റെ സ്ഥിതി എന്താണ്?" രാജാവ് ആദ്യം ജീമൂതനോടു ചോദിച്ചു.

"പ്രഭോ, വീരബാഹു രാജാവിനെ കാണാൻ തന്നെ എത്ര സുന്ദരനാണ്! പ്രജകൾക്കെന്നപോലെ സൈനികർക്കും മന്ത്രി മാർക്കുമെല്ലാം എന്തു കാര്യമാണെന്നോ അദ്ദേഹത്തെ. നമ്മേ ക്കാൾ മികച്ച ആയുധങ്ങളുണ്ട് അവിടത്തെ ആയുധപ്പുരയിൽ. എണ്ണം കുറവാണെങ്കിലും പോരാട്ടവീര്യവും ധൈര്യവും ഒത്തി ണങ്ങിയ ഒന്നാന്തരം പോരാളികളാണ് അവർ. നാം അവരോട് യുദ്ധം ചെയ്യാതിരിക്കുകയാണ് നല്ലത്!"

രാജാവിന് ഇതുകേട്ട് കോപവും നിരാശയുമൊക്കെ തോന്നി. അദ്ദേഹം ജീമൂതനോട് പുറത്തു പോകാൻ ആജ്ഞാപിച്ചു. അപ്പോൾ ജീവകൻ പറഞ്ഞു: "ഇല്ല, പ്രഭോ, അതെല്ലാം ജീമൂ തന് വെറുതെ തോന്നിയതാണ്. ഇത്രയധികം ആൾബലമുള്ള നമ്മുടെ സൈന്യത്തിന് അവരെ തോൽപ്പിക്കാൻ ദിവസങ്ങൾ മതി! അങ്ങയെപ്പോലെ ധീരനായ ഒരു പടയാളി നയിക്കുകയാ ണെങ്കിൽ, പ്രത്യേകിച്ചും. പക്ഷേ, വരൾച്ചമൂലം കഷ്ടപ്പെടുന്ന അവിടത്തെ ജനങ്ങൾക്ക് ഈ യുദ്ധം പ്രയാസങ്ങളുണ്ടാക്കും എന്നൊരു കുഴപ്പമുണ്ട്. അതുകൊണ്ട്, വീരബാഹുവുമായി സൗഹൃദം സ്ഥാപിച്ച് അങ്ങ് അവരെ സഹായിക്കുകയാണ് ഇപ്പോൾ വേണ്ടത്! അത് വീരബാഹുവിലും അവിടത്തെ ജന ങ്ങൾക്കിടയിലും അങ്ങയുടെ യശസ്സു വർദ്ധിപ്പിക്കും, തീർച്ച!"

ജീവകന്റെ വാക്കുകൾ രാജാവിനെ സന്തോഷിപ്പിച്ചു. മാത്ര മല്ല, ജീവകന്റെ നിർദ്ദേശപ്രകാരം ജീമൂതനെ തിരികെ വിളിച്ചു കൊണ്ടുവരികയും ചെയ്തു. ഇതെങ്ങനെ സാധിച്ചു എന്നമ്പേ ഷിച്ച ജീമൂതനോട് ജീവകൻ പറഞ്ഞു: "ജീമൂതാ, സത്യം വിളിച്ചു പറയുക മാത്രമല്ല, നല്ല ഉപദേശകരുടെ ജോലി. കേൾക്കുന്ന യാൾക്ക് സന്തോഷം തോന്നുന്ന വിധത്തിലാണ് അതു പറയേ ണ്ടത്. അതാണ് നല്ല ഉപദേശകന്റെ ലക്ഷണവും!"

തനിക്കു പറ്റിയ തെറ്റോർത്ത് ജീമൂതൻ ലജ്ജിച്ചു തലതാ ഴ്ത്തി.

44

രാജാവിന്റെ ധനം

പ്രയാഗിലെ കേകയ രാജാവ് മഹാപിശുക്കനായിരുന്നു. എത്ര ധനം കിട്ടിയാലും അതെല്ലാം കൂട്ടിവയ്ക്കും. നാടു നന്നാ ക്കാനോ ജനങ്ങളുടെ കഷ്ടപ്പാടുകൾ ഇല്ലാതാക്കാനോ പണം ചെലവഴിക്കില്ല. അതുകൊണ്ടുതന്നെ പ്രജകളെല്ലാം അദ്ദേഹത്തെ വെറുത്തു.

ഒരിക്കൽ കേകയൻ അയൽരാജ്യമായ യമുനാപുരത്തേക്കു പോയി. സൈന്ധവനായിരുന്നു അവിടത്തെ രാജാവ്. ജനങ്ങൾക്ക് വേണ്ടതെല്ലാം നൽകാൻ അദ്ദേഹത്തിന് യാതൊരു മടിയുമുണ്ടാ യിരുന്നില്ല.

ഇതുകണ്ട് കേകയൻ അദ്ദേഹത്തെ ഉപദേശിച്ചു. "മഹാരാ ജാവേ, അങ്ങ് ഇങ്ങനെ ധനമെല്ലാം ചെലവിട്ടാൽ ആവശ്യസമ യത്ത് യാതൊന്നും ഉണ്ടാവില്ല. പണമില്ലാത്ത മനുഷ്യനെ, അത് രാജാവ് തന്നെയായാലും ആരും വിലവയ്ക്കില്ല!"

എന്നാൽ സൈന്ധവൻ അതു സമ്മതിച്ചില്ല. "ഹേയ്, അങ്ങനെ വരില്ല. നല്ലവരായ ഈ പ്രജകളുള്ളപ്പോൾ എനിക്ക് ധനത്തിന് ഒരു പ്രയാസവുമുണ്ടാവില്ല!" അദ്ദേഹം പറഞ്ഞു.

അവർ തമ്മിൽ തർക്കമായി. അപ്പോൾ സൈന്ധവൻ ചോദി ച്ചു: "അമ്പതു കൊല്ലമായി ഞാൻ ഭരിക്കാൻ തുടങ്ങിയിട്ട്. ഇത്രയും കാലത്തെ പണമെല്ലാം ഞാൻ കൂട്ടിവച്ചിരുന്നെങ്കിൽ അത് എത്ര

ത്തോളമുണ്ടാവും?"

"ആയിരം കോടി സ്വർണ്ണനാണയമെങ്കിലും!" കേകയൻ പറ
ഞ്ഞു.

സൈന്ധവൻ അപ്പോൾത്തന്നെ തന്റെ ദൂതന്മാരെ നാട്ടിലെ പല ഭാഗങ്ങളിലേക്കും അയച്ചു – രാജാവിന് കുറേ പണം ആവ ശ്യമുണ്ടെന്നും ജനങ്ങൾ സഹായിക്കണമെന്നുംപറഞ്ഞ്. വൈകി യില്ല, നൂറുകണക്കിനാളുകൾ തങ്ങളുടെ എല്ലാം സമ്പാദ്യങ്ങളു മായി കൊട്ടാരത്തിലെത്തി. അതെല്ലാം സന്തോഷത്തോടെ തങ്ങ ളുടെ പ്രിയപ്പെട്ട രാജാവിനു കാഴ്ചവച്ചു. ദിവസങ്ങൾക്കകം കേക യൻ പറഞ്ഞതിനേക്കാൾ എത്രയോ ഇരട്ടി വിലവരുന്നത്ര ധനം സൈന്ധവനു ലഭിച്ചു.

"കേകയാ, താങ്കളെപ്പോലെ ധനമെല്ലാം സൂക്ഷിച്ചുവച്ചിരു ന്നെങ്കിൽ ജനങ്ങൾ പണ്ടേ എന്നെ വെറുത്തേനെ! അവർക്കു വേണ്ടതെല്ലാം മടികൂടാതെ കൊടുത്തതുകൊണ്ട് ഞാനെപ്പോഴും ധനവാനാണ്. മാത്രമല്ല, അവരെന്നെ സ്നേഹിക്കുകയും ചെയ്യു ന്നു. താങ്കൾക്കു പറ്റിയ അബദ്ധവും മറ്റൊന്നല്ല!"

ലജ്ജിച്ചു തലതാഴ്ത്തി നിൽക്കാനേ കേകയനു കഴിഞ്ഞു ള്ളൂ.

45

ഏറ്റവും നല്ല വാൾ

അമരാവതിയിലെ യുവരാജാവായിരുന്നു അമരസിംഹൻ. അച്ഛന്റെ കാലശേഷം അദ്ദേഹം രാജാവായി. അപ്പോൾ അമര സിംഹന് ഒരാഗ്രഹം. പുതിയൊരു ഉടവാൾ വേണം. അച്ഛൻ ഉപ യോഗിച്ചിരുന്ന ഒരു പഴഞ്ചൻ വാളാണ് ഇപ്പോൾ കൈയിലുള്ള ത്. അതു കാണാൻ ഒരു ഗാംഭീര്യവുമില്ല.

ഉടനെ അദ്ദേഹം ഒരു വിളംബരം കൊടുത്തു. അതിഗംഭീര മായ ഒരു ഉടവാൾ ഉണ്ടാക്കിത്തരുന്നവർക്ക് ആയിരം സ്വർണ്ണനാ ണയം സമ്മാനം! വൈകാതെ, അന്യദേശങ്ങളിൽനിന്നുപോലും ധാരാളം വാൾപ്പണിക്കാർ മനോഹരമായ വാളുകളുമായി എത്തി. അതിൽ ഏറ്റവും നല്ലതെന്നു തോന്നിയ രണ്ടു വാളുകൾ അമര സിംഹൻ തെരഞ്ഞെടുത്തു. അദ്ദേഹമവർക്ക് ധാരാളം സമ്മാ നങ്ങളും നൽകി.

ഈ രണ്ടു വാളുകളും ഉറയിലിട്ടാണ് പിന്നീടെപ്പോഴും അദ്ദേഹം നടന്നിരുന്നത്. രാത്രി ഉറങ്ങുമ്പോഴും ആ വാളുകൾ അമരസിംഹന്റെ അടുത്തുണ്ടാവും. അങ്ങനെയിരിക്കെ ഒരു നാൾ രാത്രി എന്തോ ശബ്ദം കേട്ട് അമരസിംഹൻ ഞെട്ടിയുണർന്നു. നോക്കുമ്പോൾ മുന്നിലതാ, വാളുമായി നിൽക്കുന്നു, രണ്ടു മല്ല ന്മാർ!

അടുത്ത നിമിഷം അമരസിംഹൻ രണ്ടു വാളുകളുമായി അവ

രുടെ നേരേ കുതിച്ചു. പൊരിഞ്ഞ ഒരു പോരാട്ടം തന്നെ അവിടെ നടന്നു. പക്ഷേ, ഇടയ്ക്ക് ഒരപകടം സംഭവിച്ചു: അമരസിംഹന്റെ ഇടതു കൈയിലെ വാൾ തെറിച്ചുപോയി. വലതു കൈയിലെ വാളാകട്ടെ, രണ്ടായി മുറിഞ്ഞു വീണു!

അമരസിംഹൻ ഒന്നു പകച്ചു. ഇനി എങ്ങനെ ഈ ദുഷ്ട ന്മാരെ നേരിടും? അപ്പോഴാണ് അച്ഛൻ ആ പറയാറുള്ള പഴഞ്ചൻ വാളിന്റെ കാര്യം അദ്ദേഹത്തിന് ഓർമ്മ വന്നത്. ചുവരിലൊരി ടത്ത് തൂക്കിയിട്ടിരുന്ന ആ വാൾ അമരസിംഹൻ ഒറ്റച്ചാട്ടത്തിനു കൈക്കലാക്കി. ഒരു കടുവയെപ്പോലെ മല്ലന്മാരെ ആക്രമിച്ചു.

ആദ്യത്തെ വെട്ടിനു തന്നെ ഒരു മല്ലന്റെ വാൾ രണ്ടു കഷണ മായി. അടുത്ത വെട്ടിന് രണ്ടാമത്തെ മല്ലന്റെ വാൾ തെറിച്ചു പോകുകയും ചെയ്തു. അങ്ങനെ നിരായുധരായിത്തീർന്ന ശത്രു ക്കളെ അദ്ദേഹം കീഴ്പ്പെടുത്തി തുറുങ്കിലടച്ചു.

ഭംഗിയില്ലാത്തതും പഴഞ്ചനുമാണെങ്കിലും അച്ഛന്റെ ഉടവാ ളിന്റെ മഹത്വം അപ്പോഴാണ് അമരസിംഹനു ബോദ്ധ്യപ്പെട്ടത്. പുറമേയുള്ള പകിട്ടല്ല, വാളിന്റെ കരുത്താണ് പ്രധാനം എന്ന ദ്ദേഹം മനസ്സിലാക്കി. അന്നുമുതൽ അമരസിംഹൻ അച്ഛൻ കൊടുത്ത ആ വാൾ തന്നെ തന്റെ ഉടവാളായി ഉപയോഗിക്കാൻ തുടങ്ങി.

46

പാപവും പുണ്യവും

ഗംഗാനദിയുടെ തീരത്ത് പണ്ട് ജ്ഞാനസത്വൻ എന്നൊരു സന്ന്യാസി ഉണ്ടായിരുന്നു. അദ്ദേഹത്തിന്റെ സ്വഭാവത്തിന് ഒരു പ്രത്യേകതയുണ്ട്. തനിക്കെതിരെ ആരൊക്കെ എന്തൊക്കെ പ്രവർത്തിച്ചാലും ശരി, ജ്ഞാനസത്വന് തരിമ്പും കോപം വരി ല്ല! മാത്രമല്ല, എതിരാളിയെപ്പോലും അദ്ദേഹം തന്റെ ശിഷ്യനാക്കി മാറ്റുകയും ചെയ്യും.

മറ്റുള്ള സന്ന്യാസിമാർക്കൊക്കെ ജ്ഞാനസത്വനോട് കടുത്ത അസൂയയായിരുന്നു. ആളുകളുടെ മുമ്പിൽ വച്ച് ഈ ജ്ഞാന സത്വൻ ഒന്നു കോപിച്ചു കണ്ടെങ്കിൽ! ഇതായിരുന്നു അവരുടെ ആഗ്രഹം ഒടുവിൽ അതിനായി അവർ ഒരുപായവും കണ്ടെത്തി.

തെമ്മാടിത്തത്തിന് പേരുകേട്ട നാഥുറാം എന്നൊരാളെ സന്ന്യാസിമാർ ചെന്നു കണ്ടു. ജ്ഞാനസത്വനെ ആളുകളുടെ മുന്നിൽ വച്ച് അവഹേളിക്കാൻ അവർ അയാളെ ചട്ടം കെട്ടി. അതിനായി അത്യാവശ്യം പണവും നാഥുറാമിനു നൽകി.

അങ്ങനെയിരിക്കെ ഒരുദിവസം ഗംഗയിൽ സ്നാനം കഴിഞ്ഞു വരികയായിരുന്നു ജ്ഞാനസത്വൻ. പെട്ടെന്ന് നാഥുറാം ഒരു കുടവുമായി എവിടെനിന്നോ പ്രത്യക്ഷപ്പെട്ടു. എന്നിട്ട് അദ്ദേ ഹത്തിന്റെ ദേഹത്തേക്ക് ചെളിവെള്ളം നിറച്ച കുടം കമിഴ്ത്തി! മേലാസകലം ചെളിയായിട്ടും ജ്ഞാനസത്വൻ ഒരക്ഷരം മിണ്ടി

യില്ല. പകരം അദ്ദേഹം തിരികെ ഗംഗയിലിറങ്ങി ഒരിക്കൽക്കൂടി കുളിച്ചുകയറി.

അപ്പോഴേക്കും വീണ്ടും ചെളിവെള്ളവുമായി നാഥുറാമെ ത്തി. കുളി കഴിഞ്ഞ് ശുദ്ധനായ ജ്ഞാനസത്വന്റെ മേൽ വീണ്ടും അയാൾ ചെളിവെള്ളമൊഴിച്ചു. ജ്ഞാനസത്വനാകട്ടെ ഒരി ക്കൽക്കൂടി ഗംഗയിലേക്കിറങ്ങി— യാതൊരു ഭാവവ്യത്യാസവു മില്ലാതെ!

ഇങ്ങനെ ഓരോ തവണയും കുളി കഴിഞ്ഞു കയറുമ്പോൾ നാഥുറാം ചെളിവെള്ളം കോരിയൊഴിച്ചതുകൊണ്ട് ജ്ഞാനസ ത്വന് നൂറ്റെട്ടു തവണ കുളിക്കേണ്ടി വന്നു. ഒടുവിൽ നാഥുറാ മിന് താൻ ചെയ്യുന്ന പ്രവൃത്തിയിൽ കുറ്റബോധം തോന്നിത്തുട ങ്ങി. ഇത്രയൊക്കെ അപരാധം കാട്ടിയിട്ടും തനിക്കെതിരെ ഒര ക്ഷരം മിണ്ടാത്ത ആ സന്ന്യാസിവര്യന്റെ മുന്നിൽ ഒടുവിൽ നാഥുറാം മുട്ടുകുത്തി. അപ്പോൾ ജ്ഞാനസത്വൻ പറഞ്ഞു: "ഗം ഗയെപ്പോലെ ഒരു പുണ്യനദിയിൽ ഒരു തവണ കുളിക്കുന്നതു തന്നെ ഒരു മഹാഭാഗ്യമാണ്. എന്റെ ദേഹത്തു ചെളിവെള്ളമൊ ഴിച്ച് താങ്കളെനിക്ക് നൂറ്റെട്ടു തവണ ഗംഗയിൽ കുളിക്കാൻ അവ സരമുണ്ടാക്കി. അതിന് താങ്കളോടു ഞാൻ നന്ദി പറയുന്നു!"

ജ്ഞാനസത്വൻ കോപിക്കുന്നതു കാണാൻ അവിടെ കൂടി യിരുന്ന സന്യാസിമാർ ഇതുകേട്ട് ലജ്ജിച്ച് വേഗം സ്ഥലം വിട്ടു. നാഥുറാമാകട്ടെ, തെമ്മാടിത്തമെല്ലാം ഉപേക്ഷിച്ച്, വൈകാതെ ജ്ഞാനസത്വന്റെ ശിഷ്യനായിത്തീരുകയും ചെയ്തു.

47

ഒരേയൊരു വിദ്യ

പണ്ടുപണ്ട് ജപ്പാനിൽ രണ്ടു സുഹൃത്തുക്കളുണ്ടായിരുന്നു - മീക്കോയും ലീനോയും. കാലമായപ്പോൾ സമർത്ഥനായ ഒരു ഗുരുവിന്റെ കീഴിൽ രണ്ടുപേരും ആയുധാഭ്യാസങ്ങൾ പഠിക്കാൻ തുടങ്ങി. ഏതു തരം ആയുധവും ഭംഗിയായി പ്രയോഗിക്കാൻ കഴിവുള്ള ആളായിരുന്നു അവരുടെ ഗുരു. അതുകൊണ്ടുതന്നെ എല്ലാ വിദ്യകളും പഠിക്കണമെന്ന് മീക്കോയും ലീനോയും നിശ്ച യിച്ചു.

മീക്കോ പ്രധാനമായും വാൾപ്പയറ്റിൽ മാത്രമാണ് ശ്രദ്ധിച്ച ത്. അതു നന്നായി പഠിച്ചു കഴിഞ്ഞതിനുശേഷം മറ്റുള്ള വിദ്യകൾ ഓരോന്നായി പഠിക്കാമെന്നായിരുന്നു അവന്റെ കണക്കുകൂട്ടൽ. എന്നാൽ ലീനോ ആകട്ടെ, മുഷ്ടിയുദ്ധവും വാൾപ്പയറ്റും കത്തി യേറും ഗുസ്തിയും എന്നു വേണ്ട സകല വിദ്യകളും ഒരേസ മയം പഠിക്കാൻ തുടങ്ങി.

അങ്ങനെയിരിക്കേ ഒരു ദിവസം രണ്ടുപേരും കൂടി എന്തോ ആവശ്യത്തിന് ദൂരെയൊരു ഗ്രാമത്തിലേക്ക് പോവുകയായിരു ന്നു. പെട്ടെന്ന് ഏതാനും കൊള്ളക്കാർ അവരുടെ മുന്നിലേക്ക് ചാടി വീണു. തങ്ങളുടെ ആയുധവിദ്യകൾ പ്രയോഗിക്കാനുള്ള അവസരമല്ലേ, മീക്കോയും ലീനോയും കൊള്ളക്കാരെ നേരിട്ടു. മീക്കോ തന്റെ വാളെടുത്ത് സമർത്ഥമായി പൊരുതിത്തുട

ങ്ങി. എന്നാൽ ലീനോയ്ക്കാകകട്ടെ, ഏത് ആയുധമാണ് ആദ്യം പ്രയോഗിക്കേണ്ടതെന്ന് സംശയമായി. അവൻ ആദ്യം വാളെടുത്ത് കൊള്ളക്കാരെ നേരിട്ടു. പക്ഷേ വിചാരിച്ചതുപോലെ വാൾ പ്രയോഗിക്കാൻ ലീനോയ്ക്ക് കഴിഞ്ഞില്ല. കൊള്ളക്കാർ പിൻവാ ങ്ങുന്നില്ലെന്നു കണ്ടപ്പോൾ മുഷ്ടികൊണ്ടായി പിന്നെ ലീനോ യുടെ പോരാട്ടം. എന്നിട്ടും രക്ഷയില്ലെന്നായപ്പോൾ അവൻ കര യിൽനിന്ന് കത്തിയെടുത്ത് കൊള്ളക്കാരുടെ മേൽ എറിഞ്ഞു കൊള്ളിക്കാൻ ശ്രമിച്ചു. പക്ഷേ പരിഭ്രമത്തിനിടയിൽ അതിനും അവനു കഴിഞ്ഞില്ല.

എന്നാൽ മീക്കോയാകകട്ടെ, അവനെ നേരിട്ട കൊള്ളക്കാരെ തന്റെ വാൾകൊണ്ട് കീഴ്പ്പെടുത്തിക്കഴിഞ്ഞിരുന്നു. വൈകാതെ അവൻ ലീനോയുടേയും രക്ഷക്കെത്തി. ഒടുവിൽ മീക്കോയുടെ ശൗര്യത്തിനും സാമർത്ഥ്യത്തിനും മുന്നിൽ അടിയറവു പറഞ്ഞ് അവർ ജീവനുംകൊണ്ട് രക്ഷപ്പെട്ടു.

പല ആയുധങ്ങൾ ഒരേസമയം പഠിക്കാൻ ശ്രമിച്ചതാണ് തനിക്ക് വിനയായതെന്ന് ലീനോയ്ക്ക് മനസിലായി. വിദ്യ ഏതാ യാലും അത് നന്നായി പഠിക്കുന്നതിലാണ് കാര്യമെന്നും. ഗുരു വിന്റെ അടുത്ത് അവർ തിരിച്ചെത്തിയതു മുതൽ ലീനോയും ഒരു വിദ്യ മാത്രം നന്നായി പഠിക്കുന്നതിൽ ശ്രദ്ധിച്ചു. വൈകാതെ രണ്ടുപേരും മികച്ച യോദ്ധാക്കളായി മാറുകയും ചെയ്തു.

48

വെണ്ണക്കല്ലും ശില്പവും

പ്രശസ്ത ശില്പിയും ചിത്രകാരനുമായിരുന്ന മൈക്കലാ ഞ്ചലോയെ കുറിച്ച് കേട്ടിരിക്കുമല്ലോ. അദ്ദേഹം ജീവിച്ചിരുന്ന കാലത്തുതന്നെ ഇറ്റലിയിൽ മറ്റൊരു ശില്പിയുണ്ടായിരുന്നു. അഗോസ്റ്റിനോ ഡി അന്റോണിയോ എന്നായിരുന്നു അദ്ദേഹ ത്തിന്റെ പേര്.

ഒരിക്കൽ അഗോസ്റ്റിനോയ്ക്ക് വളരെ വലിയ ഒരു വെണ്ണ ക്കല്ലു കിട്ടി. അദ്ദേഹം ഉടനെ അതിന്റെ ഒരു ഭാഗം കൊത്തിയെ ടുത്ത് ഒരു ശില്പം ഉണ്ടാക്കാൻ തുടങ്ങി. എന്നാൽ എത്ര ശ്രമി ച്ചിട്ടും നല്ലൊരു ശില്പം കൊത്തിയെടുക്കാൻ സാധിച്ചില്ല.

"ഛെ, ഈ വെണ്ണക്കല്ലിന് എന്തോ കുഴപ്പമുണ്ട്!" ഒടുവിൽ അഗോസ്റ്റിനോ മറ്റുള്ളവരോടു പറഞ്ഞു: "കാണാൻ ഭംഗിയും നല്ല മിനുമിനുപ്പുമൊക്കെ ഇതിനുണ്ട് എന്നതു ശരിതന്നെ. എങ്കിലും ഇതിൽനിന്ന് നല്ല ഒരു ശില്പം ഉണ്ടാക്കാൻ കഴിയി ല്ല!"

മറ്റു പലരും ഇതു ശരിവച്ചു. എന്നാൽ ഇക്കാര്യമറിഞ്ഞ മൈക്കലാഞ്ചലോ പറഞ്ഞു: "ആ വെണ്ണക്കല്ലിന് ഒരു കുഴപ്പവു മില്ല. ശില്പമുണ്ടാക്കാൻ പറ്റിയ കല്ലുതന്നെയാണത്!"

എങ്കിൽ അതിൽനിന്ന് ഒരു ശില്പം കൊത്തിയെടുത്തു കാണിച്ചുതരണമെന്ന് മറ്റുള്ളവർ മൈക്കലാഞ്ചലോയോടു പറ

ഞു. വൈകിയില്ല, അദ്ദേഹം ശില്പം നിർമ്മിക്കാൻ തുടങ്ങി. വളരെ ശ്രദ്ധയോടെ ആവശ്യമില്ലാത്ത ഭാഗങ്ങൾ വെണ്ണക്കല്ലിൽനിന്ന് കൊത്തി അടർത്തി മാറ്റി.

മാസങ്ങൾ കഴിഞ്ഞ് ശില്പം പൂർത്തിയായിക്കണ്ട എല്ലാവരും അമ്പരന്നുപോയി. കാരണം, അത്ര മനോഹരമായ ശില്പമായിരുന്നു അത്!

'ഡേവിഡ്' എന്നു പേരുള്ള ഗംഭീരമായ ആ ശില്പം റോമിൽ ഇന്നും കാണാം.

49

ആരാണ് യോഗ്യൻ?

മഗധയിലെ രാജാവായിരുന്നു ബ്രഹ്മദത്തൻ. ധീരനും ബല വാനും മാത്രമല്ല, വളരെ ദയാലുവും സത്യസന്ധനുമായിരുന്നു അദ്ദേഹം.

അക്കാലത്ത് ഉജ്ജയിനിയിൽ വച്ച് പല രാജ്യങ്ങളിലെയും രാജാക്കന്മാർ എല്ലാ വർഷവും ഒത്തുകൂടുക പതിവായിരുന്നു. ഒരിക്കൽ അത്തരത്തിലുള്ള ഒരു ഒത്തുചേരലിന് ബ്രഹ്മദ ത്തരാജാവ് ഉജ്ജയിനിയിലേക്ക് യാത്രയായി.

വൈകാതെ അദ്ദേഹത്തിന്റെ രഥം ഒരിടുങ്ങിയ തെരുവി ലേക്കു തിരിഞ്ഞു. അപ്പോഴാണ് മറുവശത്തുനിന്നും കോസല രാജാവായ വിജയവിക്രമന്റെ രഥം കടന്നുവന്നത്.

"രഥം വഴിമാറൂ!" വിജയവിക്രമന്റെ തേരാളി വിളിച്ചുപറഞ്ഞു: "കോസലരാജാവിന്റെ രഥം ആദ്യം കടന്നു പോകട്ടെ!"

ഇതുകേട്ട് ബ്രഹ്മദത്തന്റെ തേരാളിക്ക് ദേഷ്യം വന്നു. "എ ന്ത്, ബ്രഹ്മദത്ത മഹാരാജാവിനെ അധിക്ഷേപിക്കുകയോ? അതി നുള്ള എന്തു യോഗ്യതയാണ് കോസലാധിപനുള്ളത്?"

ഉടനെ വിജയവിക്രമൻ ജയിച്ച യുദ്ധങ്ങളെപ്പറ്റിയും, അദ്ദേഹം നടത്തിയ യജ്ഞങ്ങളെക്കുറിച്ചും ദാനധർമ്മങ്ങളെക്കുറിച്ചു മൊക്കെ തേരാളി ഓരോന്നായി വർണ്ണിച്ചു. എന്നിട്ട് ഒടുവിൽ ഇങ്ങനെ പറഞ്ഞു: "എന്റെ തിരുമേനി പാവങ്ങളോട് കരുണയു

ള്ളവനും ദുഷ്ടന്മാരെ ശിക്ഷിക്കുന്നവനും നല്ലവരെ സംരക്ഷി ക്കുന്നവനുമാണ്. എന്നാൽ മഗധരാജനോ?"

"എന്റെ യജമാനൻ തിന്മയെ നന്മകൊണ്ടും അസത്യത്തെ സത്യം കൊണ്ടും നേരിടുന്നവനാണ്!" മഗധരാജാവിന്റെ തേരാളി വിനയത്തോടെ പറഞ്ഞു.

അതിനു മറുപടിയുണ്ടായില്ല. പകരം വിജയവിക്രമരാജാവ് തന്റെ രഥം വഴിയിൽനിന്നു മാറ്റാൻ സ്വന്തം തേരാളിയോട് ആജ്ഞാപിച്ചു. കാരണം, ദുഷ്ടന്മാരെപ്പോലും നന്മയിലൂടെ സന്മാർഗ്ഗത്തിലേക്കു നയിക്കുന്നവനാണ് യഥാർത്ഥ യോഗ്യനെന്ന് അദ്ദേഹത്തിനു മനസ്സിലായി.

50

സന്തോഷിപ്പിക്കുന്ന ശബ്ദം

ദേവവർമ്മൻ എന്ന ചക്രവർത്തിയായിരുന്നു പണ്ട് വിജയ നഗരം ഭരിച്ചിരുന്നത്. നല്ലൊരു സംഗീതജ്ഞനായിരുന്നു അദ്ദേ ഹം. ദേവവർമ്മന്റെ മന്ത്രിമാരിൽ പ്രധാനിയായിരുന്നു രാമയ്യൻ.

ഒരുദിവസം രാജസദസ്സു കൂടിയപ്പോൾ ചക്രവർത്തി, മന്ത്രി മാരെ അടുത്തു വിളിച്ചു.

"മനുഷ്യന് ഏറ്റവും ഇഷ്ടപ്പെട്ട ശബ്ദമേതാണ്?" ചക്ര വർത്തി ചോദിച്ചു.

"പുല്ലാങ്കുഴലിന്റെ നാദമാണ്, പ്രഭോ", ഒരു മന്ത്രി പറഞ്ഞു.

"അല്ലല്ല, വീണയുടെ ശബ്ദമാണ് ഏറ്റവും നല്ലത്!" രണ്ടാ മത്തെ മന്ത്രി പറഞ്ഞു. അപ്പോൾ മൂന്നാമത്തെ മന്ത്രി ചാടിയെ ണീറ്റുകൊണ്ടു പറഞ്ഞു: "ഏറ്റവും നല്ല ശബ്ദം വയലിന്റേതാ ണ്!"

എന്നാൽ പ്രധാനമന്ത്രിയായ രാമയ്യൻ മാത്രം ഒന്നും പറ യാതെ ശാന്തനായി ഇരുന്നതേയുള്ളൂ. ഇതു കണ്ടപ്പോൾ ചക്ര വർത്തിക്ക് അത്ഭുതമായി.

"എന്താ രാമയ്യൻ, താങ്കൾക്ക് ഒന്നും പറയാനില്ലേ?" ചക്ര വർത്തി പുഞ്ചിരിയോടെ തിരക്കി.

"ഉണ്ട്, പ്രഭോ. പക്ഷേ, ഞാനതു പിന്നീടു പറയാം" രാമ യ്യൻ മറുപടി പറഞ്ഞു.

ദിവസങ്ങൾ കഴിഞ്ഞു. ഒരു ദിവസം കൊട്ടാരത്തിൽ അതിഗംഭീരമായ ഒരു സംഗീതക്കച്ചേരി നടക്കുകയായിരുന്നു. വീണവിദ്വാന്മാരും വയലിൻ വായിക്കുന്നവരുമൊക്കെ അക്കൂട്ടത്തിലുണ്ട്. രാവിലെ തുടങ്ങിയ സംഗീതക്കച്ചേരി ഭംഗമില്ലാതെ തുടർന്നുകൊണ്ടേയിരുന്നു.

അപ്പോഴേക്കും ഗായകരിൽ പലർക്കും കടുത്ത വിശപ്പും ദാഹവും തുടങ്ങി. ഭക്ഷണം കാത്തിരുന്ന് പലർക്കും മടുത്തു. പക്ഷേ, ആരും ഒന്നും മിണ്ടിയില്ല. എങ്ങനെ ആഹാരം ചോദിക്കും? ചക്രവർത്തിയല്ലേ മുന്നിലിരിക്കുന്നത്! അദ്ദേഹം കോപിച്ചാലോ?

പെട്ടെന്ന് രാമയ്യൻ അവിടേക്കു വന്നു. വലിയൊരു തട്ടം നിറയെ ആഹാരവും ചെറിയൊരു തവിയുമായിട്ടായിരുന്നു അദ്ദേഹത്തിന്റെ വരവ്. രാമയ്യൻ തവിയെടുത്ത് തട്ടത്തിൽ മെല്ലെ മുട്ടി. ശബ്ദം കേട്ട് എല്ലാവരും തിരിഞ്ഞു നോക്കി. എല്ലാവരുടേയും മുഖത്ത് ആഹ്ലാദം നിറയുന്നത് രാമയ്യൻ കണ്ടു.

"പ്രഭോ, ഈ ശബ്ദം അവർക്ക് എത്ര ഇഷ്ടപ്പെട്ടെന്നു നോക്കൂ", അല്പം അകലെയിരുന്ന് സംഗീതം ആസ്വദിക്കുകയായിരുന്ന ചക്രവർത്തിയെ നോക്കി രാമയ്യൻ പറഞ്ഞു.

"മനുഷ്യന് ഇന്നുവരെ കീഴടക്കാൻ പറ്റാത്ത ഒന്നേയുള്ളൂ – വിശപ്പ്. അതുകൊണ്ടുതന്നെ വിശക്കുമ്പോൾ ആഹാരമുള്ള പാത്രങ്ങൾ കൂട്ടിമുട്ടുന്ന ശബ്ദമാണ് മനുഷ്യന് ഏറ്റവും ഇഷ്ടപ്പെട്ട ശബ്ദം. കണ്ടില്ലേ, സംഗീത ഉപകരണങ്ങളുടെ ശബ്ദം മറന്ന് എല്ലാവരും ഈ ശബ്ദം മാത്രം ശ്രദ്ധിക്കുന്നത്?"

രാമയ്യൻ പറഞ്ഞത് വളരെ ശരിയാണെന്ന് ചക്രവർത്തിക്കു ബോദ്ധ്യമായി.

51

ആയുധത്തിന്റെ ഉപയോഗം

തമിഴ്നാട്ടിൽ പണ്ട് ഔവയാർ എന്നൊരു കവയിത്രി ജീവി ച്ചിരുന്നു.

ഒരിക്കൽ അയൽരാജാവ് ഔവയാറിനെ തന്റെ കൊട്ടാരത്തി ലേക്കു ക്ഷണിച്ചു. വലിയ അഹങ്കാരിയും പൊങ്ങച്ചക്കാരനുമാ യിരുന്നു രാജാവ്. തന്റെ രാജ്യമാണ് ഏറ്റവും ശക്തം എന്നായി രുന്നു അദ്ദേഹത്തിന്റെ വിചാരം.

ഔവയാറിനെ രാജാവ് ഗംഭീരമായിത്തന്നെ സ്വീകരിച്ചു. എന്നിട്ട് വിചാരിച്ചു: 'ഹും, ഇനി എന്റെ സൈനിക ശക്തിയും ആയുധശേഷിയും ബോദ്ധ്യപ്പെടുത്തിക്കൊടുക്കണം!'

വൈകാതെ അദ്ദേഹം ഔവയാറിനേയും കൂട്ടി സൈനിക ത്താവളത്തിലെത്തി. അവിടെ പൊണ്ണത്തടിയന്മാരും കൊമ്പൻമീ ശക്കാരുമായ ഭടന്മാർ തമാശ പറഞ്ഞ് രസിച്ചിരിക്കുകയായിരു ന്നു. രാജാവിനെ കണ്ടപ്പോൾ അവർ വിനയത്തോടെ എഴുന്നേറ്റു.

അവർ വിശാലമായ ആയുധപ്പുരയിലെത്തി. അവിടെ നിര വധി ആയുധങ്ങളുണ്ടായിരുന്നു. വാളുകളും കുന്തങ്ങളും ചാട്ടു ളികളും ഗദകളും അമ്പും വില്ലും എന്നുവേണ്ട എത്രയോതരം ആയുധങ്ങൾ.... അതിൽ പലതും തുരുമ്പെടുത്തു തുടങ്ങിയിരു ന്നെന്നുമാത്രം.

"ഇത്രയും ആയുധങ്ങൾ മറ്റേതു കൊട്ടാരത്തിലാണുള്ളത്?"

രാജാവ് ഒരല്പം ഗർവ്വോടെ ചോദിച്ചു.

ചോദ്യംകേട്ട് ഔവയാർ പുഞ്ചിരിച്ചു. പുച്ഛത്തോടെയാണ് ആ ചിരിയെന്ന് രാജാവിനു തോന്നി.

"ഭവതി എന്തിനാണ് ചിരിച്ചത്? നാം പറഞ്ഞതു സത്യമല്ല എന്നുണ്ടോ?" രാജാവ് തിരക്കി.

ഔവയാർ പിന്നേയും പുഞ്ചിരിച്ചു. എന്നിട്ടു പറഞ്ഞു: " സത്യം തന്നെ മഹാരാജാവേ. പക്ഷേ, ഞങ്ങളുടെ രാജ്യത്ത് തുരു മ്പെടുത്ത ആയുധങ്ങളല്ല ഇതുപോലെ കൂട്ടിയിടുന്നത് – ഒടി ഞ്ഞതും നുറുങ്ങിയതുമായ ആയുധങ്ങളാണ്!"

ആയുധങ്ങൾ തുരുമ്പെടുക്കുമ്പോൾ അത് പ്രയോഗിക്കാറില്ല എന്നാണല്ലോ അർത്ഥം! ആയുധം ഉപയോഗിക്കാൻ ധൈര്യപ്പെ ടാത്ത ഭടന്മാർ ഭീരുക്കളാണെന്നും. അത്തരം ഭടന്മാരുള്ള രാജ്യം കൊണ്ട് എന്തുകാര്യം?

ഔവയാറിന്റെ മറുപടികേട്ട് രാജാവ് തലതാഴ്ത്തി.

52
വിലപിടിപ്പുള്ള വസ്തു

കത്തിയവാറിൽ പണ്ട് ഒരു രത്നവ്യാപാരിയുണ്ടായിരുന്നു. അദ്ദേഹത്തിന് രണ്ട് മക്കൾ – സോഹനും ചമനും. വിടുവായനും അഹങ്കാരിയുമാണ് മൂത്തവനായ സോഹൻ. രണ്ടാമനായ ചമ നാവട്ടെ, വളരെ വിനയമുള്ളവനും.

വ്യാപാരിക്ക് വയസ്സായി. വ്യാപാരത്തിന്റെ ചുമതല മക്കളിൽ ആരെയാണ് ഏല്പിക്കേണ്ടത് എന്നായി അദ്ദേഹത്തിന്റെ ചിന്ത. ഒരു ദിവസം വ്യാപാരി രണ്ടുപേർക്കും കൃത്യമായി കുറേ ധനം നൽകി. എന്നിട്ടു പറഞ്ഞു: "നിങ്ങൾ അങ്ങു ദൂരെയുള്ള ജംസ ദ്വീപിൽ പോകണം. എന്നിട്ട് ഏറ്റവും വിലപിടിച്ച വസ്തുക്കൾ വാങ്ങിക്കൊണ്ടു വരണം. ഏറ്റവും വിലയുള്ള വസ്തുക്കൾ വാങ്ങുന്നയാൾക്കാണ് എന്റെ വ്യാപാരത്തിന്റെ അടുത്ത അവ കാശം!"

വൈകാതെ രണ്ടുപേരും ജംസ ദ്വീപിലേക്കു പുറപ്പെട്ടു. അവി ടെച്ചെന്ന് രണ്ടുപേരും ഏറ്റവും വിലപിടിച്ച വസ്തുവിനായി അന്വേഷണം തുടങ്ങി. രത്നങ്ങളും പവിഴങ്ങളുമൊക്കെ ധാരാ ളമുള്ള നാടായിരുന്നു അത്. അവയ്ക്കവിടെ നിസ്സാര വിലയേ ഉണ്ടായിരുന്നുള്ളുതാനും. അവിടെ ഏറ്റവും അപൂർവ്വമായ വസ്തു ഏതായിരുന്നെന്നോ? ഇരുമ്പ്! ലക്ഷക്കണക്കിൻ സ്വർണ്ണനാണയം കൊടുത്താലേ കുറച്ചെങ്കിലും ഇരുമ്പ് സ്വന്തമാക്കാനാവൂ. അതു

കൊണ്ടുതന്നെ രാജാക്കന്മാരും പ്രഭുക്കന്മാരും മാത്രമേ ഇരുമ്പു കൊണ്ടുള്ള വസ്തുക്കൾ ഉപയോഗിച്ചിരുന്നുള്ളൂ.

ഏറ്റവും വിലപിടിച്ച വസ്തു കൊണ്ടുവരണമെന്നല്ലേ അച്ഛൻ പറഞ്ഞിട്ടുള്ളത്? സോഹൻ കൈയിലുണ്ടായിരുന്ന ധനം മുഴു വൻ കൊടുത്ത് ഇരുമ്പുകൊണ്ടുള്ള വസ്തുക്കൾ വാങ്ങിക്കൂട്ടി. എന്നാൽ, ചമൻ അങ്ങനെയല്ല ആലോചിച്ചത്. ഇരുമ്പിന് ഇവിടെ വിലയുണ്ടെന്നുവച്ച് നാട്ടിൽ കൊണ്ടുപോയിട്ട് എന്തുകാര്യം? അവിടെ കൊണ്ടുചെന്നുവിറ്റാൽ നല്ല വില കിട്ടുന്ന സാധനങ്ങൾ കൊണ്ടുപോയാലല്ലേ ലാഭമുണ്ടാക്കാനാവൂ? അതുകൊണ്ട് തന്റെ കൈയിലെ ധനമുപയോഗിച്ച് ചമൻ രത്നങ്ങളും പവിഴങ്ങളും വാങ്ങി.

വൈകാതെ രണ്ടുപേരും തിരികെ നാട്ടിലെത്തി. തങ്ങൾ കൊണ്ടുവന്ന വസ്തുക്കൾ അവർ അച്ഛനെ കാണിച്ചു. സോഹൻ കൊണ്ടുവന്ന ഇരുമ്പു കണ്ടപ്പോൾ വ്യാപാരിക്ക് സങ്കടവും ദേഷ്യ വുമെല്ലാമാണ് തോന്നിയത്. "സോഹൻ, കണ്ടില്ലേ ആലോചി ക്കാതെ പ്രവർത്തിച്ചാലുള്ള ഫലം? ഇരുമ്പ് അവിടെ അമൂല്യവ സ്തു തന്നെ. എന്നാൽ ഇവിടെ നിസ്സാര വിലയ്ക്കു കിട്ടുന്ന ഇരുമ്പ്, കൂടുതൽ വിലയ്ക്കു വാങ്ങിക്കൊണ്ടു വന്ന നീ എന്തൊരു മണ്ടനാണ്! ചമൻ ചെയ്തതുപോലെ രത്നങ്ങളും പവിഴങ്ങളും നിസ്സാര വിലയ്ക്ക് മേടിച്ചിരുന്നെങ്കിൽ എത്രയോ ലാഭമുണ്ടാക്കാ മായിരുന്നു! ഇങ്ങനെ ആലോചിച്ചു പ്രവർത്തിക്കുന്നതാണ് ഒരു വ്യാപാരിക്കുവേണ്ട ഏറ്റവും വലിയ കഴിവ്!"

സോഹൻ തന്റെ പ്രവൃത്തിയിൽ ലജ്ജിച്ചു തലതാഴ്ത്തി. വ്യാ പാരി, ചമനെ തന്റെ അടുത്ത അവകാശിയാക്കുകയും ചെയ്തു. എങ്കിലും നല്ലവനായ ചമൻ ജ്യേഷ്ഠനെക്കൂടി വ്യാപാരത്തിൽ തന്റെ പങ്കാളിയാക്കി.

53

ശക്തന്മാരുടെ ഏറ്റുമുട്ടൽ

ചേദിയിലെ രാജാവായ അഗ്രഗമ്യന് ഒരു വാളും ഒരു പരി ചയമുണ്ടായിരുന്നു. പാരമ്പര്യമായിത്തന്നെ അദ്ദേഹത്തിനു ലഭി ച്ചതായിരുന്നു അവ.

അഗ്രഗമ്യ രാജാവും അദ്ദേഹത്തിന്റെ പിതാവുമെല്ലാം ശത്രു രാജാക്കന്മാരുമായി അനേകം യുദ്ധങ്ങൾ ചെയ്തിട്ടുണ്ട്. എല്ലാ യുദ്ധത്തിലും അവർ ശത്രുക്കളെ പരാജയപ്പെടുത്തുകയും ചെയ്തിട്ടുണ്ട്. ഉറപ്പും ഭംഗിയുമെല്ലാം ഒത്തുചേർന്ന ആ വാളും പരിചയുമാണ് തങ്ങളുടെ ഓരോ വിജയത്തിനും പിന്നിൽ എന്നാ യിരുന്നു അവർ കരുതിയിരുന്നത്. അതുകൊണ്ടുതന്നെ അവയു മായി യുദ്ധത്തിനിറങ്ങുന്ന പോരാളിയെ ഒരിക്കലും തോല്പി ക്കാനാവില്ല എന്നായിരുന്നു എല്ലാവരുടേയും വിശ്വാസം.

വൈകാതെ അഗ്രഗമ്യന് വയസ്സായി. അദ്ദേഹം തന്റെ പുത്ര നായ സംഗധീരനെ അടുത്ത രാജാവായി അഭിഷേകം ചെയ്തു. ചെങ്കോലിനും കിരീടത്തിനുമൊപ്പം തന്റെ ഉടവാളും പരിചയും മകനു നൽകി രാജാവു പറഞ്ഞു:

"മകനേ, ചേദിയെ എന്നും ശത്രുക്കളിൽനിന്ന് കാത്തു ര ക്ഷിച്ചിട്ടുള്ളത് ഈ വാളും പരിചയുമാണ് എന്നറിയാമല്ലോ. ശക്തി യുടെ പര്യായങ്ങളാണ് അവ. അതുകൊണ്ടുതന്നെ ഒരു കാര്യം പ്രത്യേകം ഓർമ്മ വേണം. ഈ വാളിന്റെ വെട്ടു തടുക്കാൻ ഈ

പരിച ഒരിക്കലും ഉപയോഗിക്കരുത്!"

സംഗധീരൻ ശരിയെന്നു സമ്മതിച്ചു. രാജാവായിക്കഴിഞ്ഞ തിനുശേഷം വളരെക്കാലം പിതാവു പറഞ്ഞപോലെ ചെയ്യുകയും ചെയ്തു. അങ്ങനെയിരിക്കെയാണ്, സുഹൃത്തും അയൽരാജാ വുമായ ജയപാൽ ഒരിക്കൽ ഇങ്ങനെ അദ്ദേഹത്തോടു ചോദി ച്ചത്:

"ഈ വാളിലും പരിചയിലും ഏതിനാണ് കൂടുതൽ ശക്തി?"

സംഗധീരന് ഉത്തരം പറയാനായില്ല. അതുകൊണ്ട് അദ്ദേഹം പറഞ്ഞു: "നമുക്ക് ഇപ്പോൾത്തന്നെ അതൊന്നു പരിശോധിച്ചു നോക്കാം. ഇതാ, താങ്കൾ ഈ പരിച പിടിക്കൂ. എന്നിട്ട് എന്റെ വാളുകൊണ്ടുള്ള വെട്ടു തടുത്തുനോക്കൂ. അപ്പോഴറിയാം ഏതിനാണ് കൂടുതൽ കരുത്തെന്ന്!"

സംഗധീരൻ ജയപാലന് പരിച കൊടുത്തു. എന്നിട്ട് വാളെ ടുത്ത് ആഞ്ഞുവെട്ടി. കഴിയാവുന്നത്ര ശക്തിയെടുത്ത് ജയപാ ലൻ ആ വെട്ട് തടുക്കുകയും ചെയ്തു. എന്നാൽ ഒരേ ശക്തി യുള്ള കരുത്തന്മാർ ഏറ്റുമുട്ടിയാലെന്നപോലെ, വെട്ടേറ്റ് പരിച കഷണങ്ങളായി. വാളാകട്ടെ, രണ്ടായി മുറിഞ്ഞുവീണു!

അച്ഛൻ തന്ന മുന്നറിയിപ്പിന്റെ അർത്ഥം അപ്പോഴാണ് സംഗ ധീരനു മനസ്സിലായത്. പക്ഷേ, എന്തുകാര്യം, വാളും പരിചയും നഷ്ടപ്പെട്ടതിൽ ദുഃഖിക്കാൻ മാത്രമേ അദ്ദേഹത്തിനു കഴിഞ്ഞു ള്ളൂ.

54

അംഗരക്ഷകന്റെ ഗുണം

സൂര്യാവർത്തത്തിലെ രാജാവായിരുന്നു സൂര്യസേനൻ. അദ്ദേഹത്തിന് വയസ്സായിത്തുടങ്ങി. രാജാക്കന്മാർ എപ്പോഴും കരു തിയിരിക്കണമല്ലോ. അധികാരം കിട്ടാനുള്ള ആഗ്രഹവുമായി കൊട്ടാരത്തിന് അകത്തും പുറത്തും പലരും കഴിയുന്നുണ്ടാവും. ശക്തി ക്ഷയിച്ചു തുടങ്ങിയ വയസ്സൻ രാജാവിനെ അവർ വകവ രുത്താൻ ശ്രമിച്ചെന്നു വരാം.

അതുകൊണ്ട് തനിക്ക് നല്ലൊരു അംഗരക്ഷകനെ വേണമെന്ന് സൂര്യസേനൻ നിശ്ചയിച്ചു. കരുത്തും ധൈര്യവുമുള്ള ആളെ യാവണം അംഗരക്ഷകനായി എടുക്കേണ്ടത്. മാത്രമല്ല, സ്വന്തം ജീവൻ കളഞ്ഞും തന്നെ രക്ഷിക്കാൻ തയ്യാറുള്ള ആളുമാവണം.

എല്ലാ തരത്തിലും വിശ്വസ്തനായ ഒരാളെ എങ്ങനെ കിട്ടും? സൂര്യസേനൻ ആലോചിച്ചു. ഒടുവിൽ അദ്ദേഹം അതിനൊരു വഴി കണ്ടെത്തി.

വൈകാതെ സൂര്യസേനൻ തന്റെ നാട്ടിലെ മുക്കിലും മൂല യിലുമെല്ലാം വിവരമെത്തിച്ചു. ഇതായിരുന്നു സന്ദേശം: അംഗര ക്ഷകരാകാൻ താല്പര്യമുള്ള യുവാക്കൾ ഇന്ന ദിവസം കൊട്ടാ രത്തിലെത്തണം.....

അങ്ങനെ നിരവധി യുവാക്കൾ കൊട്ടാരത്തിലെത്തി. സൂര്യ സേനൻ അവരെയെല്ലാം വിശാലമായ ഒരു തളത്തിലേക്ക് കൊണ്ടു

പോയി. അവിടെ ഒരു വശത്ത് കുറേ വാളുകൾ വച്ചിട്ടുണ്ട്. എല്ലാ
റ്റിനും നല്ല മൂർച്ചയാണ് – തൊട്ടാൽ ചോര പൊടിയും! ആ വാളു
കളിൽ ഒരെണ്ണമെടുത്ത് തന്റെ കൈയിൽ കൊണ്ടുവന്നു തരാൻ
സൂര്യസേനൻ അംഗരക്ഷകരാവാൻ വന്ന യുവാക്കളോടു പറ
ഞ്ഞു.

ഉടനെ യുവാക്കൾ ഓരോരുത്തരും ആ വാളുകൾ പരിശോ
ധിച്ചു. പലരും ഏറ്റവും നീളമുള്ള വാളാണെടുത്തത്. ചിലർ മിന്നി
ത്തിളങ്ങുന്നതും മറ്റു ചിലർ കാണാൻ ഭംഗിയുള്ളതും തെരഞ്ഞെ
ടുത്തു. എന്നിട്ട് ഓരോരുത്തരായി ചെന്ന് വാൾ രാജാവിനു നേരെ
നീട്ടി.

എന്നാൽ സൂര്യസേനൻ വാൾ വാങ്ങിയില്ല. അവരെ നോക്കി
പുഞ്ചിരിച്ചുകൊണ്ട് അവ തിരികെ കൊണ്ടുവയ്ക്കാൻ പറഞ്ഞു.

വിനയൻ എന്ന ഒരു പാവപ്പെട്ട യുവാവും അക്കൂട്ടത്തിലു
ണ്ടായിരുന്നു. അവൻ വാളുകൾ പരിശോധിച്ച് ഏറ്റവും മൂർച്ചയു
ള്ളത് തെരഞ്ഞെടുത്തു. എന്നിട്ട് അതിന്റെ മൂർച്ചയുള്ള അലക
ളിൽ കൈകൊണ്ട് മുറുകെ പിടിച്ചു. കൈ മുറിഞ്ഞ് ചോരയൊ
ലിക്കാൻ തുടങ്ങിയെങ്കിലും അവൻ അതൊന്നും വകവയ്ക്കാതെ
മുന്നോട്ടു നടന്ന് വാളിന്റെ പിടി രാജാവിനു നേരെ നീട്ടി.

ഇതുകണ്ട് സൂര്യസേനന്റെ മുഖം വികസിച്ചു. അദ്ദേഹം വിന
യൻ നീട്ടിയ വാൾ കൈയിൽ വാങ്ങി. എന്നിട്ടു പറഞ്ഞു: "മിടു
ക്കൻ, നിന്നെ എന്റെ അംഗരക്ഷകനായി നിയമിച്ചിരിക്കുന്നു!"

ഇതുകേട്ട് എല്ലാവരും കാര്യമൊന്നും മനസ്സിലാവാതെ രാജാ
വിനെ നോക്കി. അപ്പോൾ സൂര്യസേനൻ പുഞ്ചിരിയോടെ അവരെ
നോക്കി പറഞ്ഞു: "സ്വന്തം വേദന വക വയ്ക്കാതെ മറ്റുള്ള
വരെ രക്ഷിക്കലാണ് യഥാർത്ഥ അംഗരക്ഷകന്റെ കടമ. ഈ പരീ
ക്ഷണത്തിൽ പാവപ്പെട്ട ഈ യുവാവു മാത്രമാണ് അതിനുള്ള
കഴിവു തെളിയിച്ചത്. സ്വന്തം കൈ മുറിയുമെന്നറിഞ്ഞിട്ടും അവൻ
വാളിന്റെ പിടി എനിക്കു നേരെ നീട്ടിയതു കണ്ടില്ലേ?"

സൂര്യസേനന്റെ വാക്കുകൾ കേട്ട് മറ്റു യുവാക്കൾ ലജ്ജ
യോടെ തലതാഴ്ത്തി വേഗം സ്ഥലം വിട്ടു. അംഗരക്ഷകനായി
തെരഞ്ഞെടുക്കപ്പെട്ട വിനയൻ വിശ്വസ്തതയോടെ വളരെക്കാലം
സൂര്യസേനനെ സേവിക്കുകയും ചെയ്തു.

55

സമ്പത്തിന്റെ രഹസ്യം

ചന്ദ്രകേതു എന്ന രാജാവാണ് പണ്ട് വിരാടം ഭരിച്ചിരുന്നത്. വളരെ സുഖലോലുപനായിരുന്നു അദ്ദേഹം. ഖജനാവിലെ ധന മെല്ലാം കൊട്ടാരം മോടിപിടിപ്പിക്കാനും ആഡംബരവസ്തുക്കൾ വാങ്ങിക്കൂട്ടാനുമാണ് ചന്ദ്രകേതു ചെലവഴിച്ചിരുന്നത്.

ഇങ്ങനെ കുറച്ചുകാലം കഴിഞ്ഞു. ഒരിക്കൽ രാജ്യത്ത് കടുത്ത വരൾച്ചയുണ്ടായി. കൃഷിയെല്ലാം നശിച്ച് ജനങ്ങൾ വല ഞ്ഞു. പക്ഷേ, അവരെ സഹായിക്കാൻ രാജാവിന്റെ ഖജനാ വിലോ ധാന്യപ്പുരകളിലോ യാതൊന്നും ഉണ്ടായിരു ന്നില്ലെന്നുമാത്രം. കാരണം, കിട്ടുന്നതെല്ലാം അപ്പപ്പോൾ വാരി ക്കോരി ചെലവാക്കുകയായിരുന്നല്ലോ ചന്ദ്രകേതു ചെയ്തിരുന്ന ത്!

'ഇനി എന്തു ചെയ്യും?' രാജാവ് ആലോചിച്ചു. അപ്പോഴാണ് അദ്ദേഹം അയൽരാജാവായ ധനദത്തന്റെ കാര്യം ഓർത്തത്. പേരു പോലെ തന്നെ ധാരാളം സമ്പത്തുള്ള ആളാണ് ധനദത്തനെന്ന് എല്ലാവർക്കും അറിയാം. നല്ലവനായ ധനദത്തൻ തന്റെ സങ്കടം മനസ്സിലാക്കിത്തന്നെ സഹായിക്കുമെന്ന് ചന്ദ്രകേതുവിന് ഉറപ്പാ യിരുന്നു.

അങ്ങനെ വൈകാതെ ചന്ദ്രകേതു അയൽരാജ്യത്തെത്തി. ധനദത്ത രാജാവിനെ ചെന്നുകണ്ട് തന്റെ നാടിനുണ്ടായ കഷ്ട

പ്പാടിനെക്കുറിച്ച് വിവരിച്ചു കേൾപ്പിച്ചു. എന്നിട്ട് ധനമായോ ധാന്യ മായോ തന്നെ സഹായിക്കണമെന്ന് അപേക്ഷിക്കുകയും ചെയ്തു.

കൊട്ടാരത്തിലെ പൂന്തോട്ടത്തിൽ വച്ചായിരുന്നു രണ്ടു രാജാ ക്കന്മാരും ഇക്കാര്യങ്ങളെല്ലാം സംസാരിച്ചത്. എല്ലാം കേട്ടു കഴിഞ്ഞ് ധനദത്തൻ ചന്ദ്രകേതുവിനോടൊപ്പം മെല്ലെ പൂന്തോട്ട ത്തിനു പുറത്തേക്കു നീങ്ങി. അപ്പോഴാണ് അവിടെ ഒരിടത്ത് പൂഴിമണ്ണിൽ കുറേ ഗോതമ്പുമണികൾ ചിതറിക്കിടക്കുന്നത് ധന ദത്തൻ കണ്ടത്. സംസാരമൊക്കെ നിർത്തി അദ്ദേഹം ഉടനെ അതിനു മുന്നിൽ ചെന്നു കുനിഞ്ഞിരുന്നു. എന്നിട്ട് ചുമലിൽ ഇട്ടിരുന്ന ഉത്തരീയമെടുത്ത് നിലത്ത് മണ്ണിൽ വിരിച്ചു. അതിനു ശേഷം ഗോതമ്പുമണികൾ ഓരോന്നായി പെറുക്കിയെടുത്ത് ഉത്ത രീയത്തിലേക്കിട്ടു.

ഒരൊറ്റ ധാന്യമണിയും മണ്ണിൽ ബാക്കി കിടപ്പില്ല എന്നു റപ്പു വരുത്തിയാണ്. ധനദത്തൻ എഴുന്നേറ്റത്. എന്നിട്ട് ധാന്യ പ്പുര സൂക്ഷിപ്പുകാരനെ വിളിച്ച് അതെല്ലാം സൂക്ഷിക്കുവാൻ ഏർപ്പാടു ചെയ്യുകയും ചെയ്തു.

ഇതെല്ലാം കണ്ട് അമ്പരന്നു നിൽക്കുകയായിരുന്നു ചന്ദ്ര കേതു. മണ്ണിൽ കിടന്ന ഏതാനും ഗോതമ്പുമണികളുടെ കാര്യ ത്തിൽപ്പോലും ഒരു രാജാവിന് ഇത്ര ശ്രദ്ധയോ? അദ്ദേഹം അതി ശയപ്പെട്ടു. അതു മനസ്സിലാക്കിയ ധനദത്തൻ പുഞ്ചിരിയോടെ പറഞ്ഞു: "രാജൻ, എല്ലാ വസ്തുക്കൾക്കും അതിന്റേതായ വില യുണ്ട്. അവ നശിക്കാതെ സൂക്ഷിച്ചാൽ മാത്രമേ പിന്നീട് നമുക്ക് ഉപയോഗിക്കാൻ കഴിയൂ. അങ്ങനെ ശ്രദ്ധയോടെ എല്ലാം സൂക്ഷി ക്കുകയും ചെലവാക്കുകയും ചെയ്താണ് ഞാനീ സമ്പത്തെല്ലാം സ്വരൂപിച്ചത്!"

തനിക്ക് വലിയ ഒരു പാഠം മനസ്സിലാക്കിത്തന്ന ധനദത്തനെ ചന്ദ്രകേതു വണങ്ങി. ഇനിമുതൽ അതുപോലെ ജീവിക്കുമെന്ന പ്രതിജ്ഞയോടെയായിരുന്നു അദ്ദേഹം തിരികെ പോയത്.

56

വൃദ്ധ പഠിപ്പിച്ച പാഠം

ഡെന്മാർക്കിലെ രാജാവായിരുന്നു ആൽഫ്രഡ്. ഒരിക്കൽ അയൽ രാജ്യവുമായി അദ്ദേഹം യുദ്ധം ചെയ്തു. പക്ഷേ ആൽഫ്രഡ് യുദ്ധത്തിൽ തോറ്റു. ശത്രുക്കളുടെ കണ്ണിൽപ്പെടാ തിരിക്കാൻ വേഷപ്രച്ഛന്നനായി അദ്ദേഹം രക്ഷപ്പെട്ടു.

പല സ്ഥലങ്ങളിലും അലഞ്ഞുനടന്ന് ഒടുവിൽ ആൽഫ്രഡ് ഒരു ഗ്രാമത്തിലെ ഒറ്റപ്പെട്ട വീട്ടിലെത്തി. പാവപ്പെട്ട ഒരു വൃദ്ധ മാത്രമായിരുന്നു അവിടെ താമസം.

വൃദ്ധയ്ക്ക് രാജാവിനെ മനസ്സിലായില്ല. എങ്കിലും വന്നയാൾ വിശപ്പും ദാഹവും മൂലം അവശനാണെന്ന് അവർ മനസ്സിലാ ക്കി. "എന്റെ കൈയിൽ കുറച്ചു ധാന്യമുണ്ട്. അതിൽ പകുതിയും അകത്തൊന്നുമില്ലാത്ത വെറും പതിരാണ്. പതിരെല്ലാം കളഞ്ഞ് ധാന്യം വൃത്തിയാക്കി തരാമെങ്കിൽ നല്ല ഭക്ഷണമുണ്ടാക്കിത്ത രാം!"

ഗത്യന്തരമില്ലാതെ രാജാവു സമ്മതിച്ചു. അദ്ദേഹം ധാന്യമെ ടുത്ത് ഓരോ പതിരായി എടുത്തു മാറ്റാൻ തുടങ്ങി. അതു കണ്ട പ്പോൾ വൃദ്ധയ്ക്കു ചിരിവന്നു.

"ഹ! ഹ! ഇങ്ങനെയാണോ പതിരു കളയുന്നത്? അതെല്ലാ മെടുത്ത് കുറച്ചു വെള്ളത്തിലിട്ടാൽ പതിരെല്ലാം പൊങ്ങി വരി ല്ലേ? പിന്നെ, അതെടുത്തു മാറ്റിയാൽ ധാന്യം കിട്ടുമല്ലോ! ഏതാ

യാലും ആൽഫ്രഡ് രാജാവ് യുദ്ധം ചെയ്യാൻ പോയതുപോലെ യായി നിങ്ങളുടെ ധാന്യം വൃത്തിയാക്കൽ!"

ഇതുകേട്ട് ആൽഫ്രഡ് രാജാവ് ശരിക്കും ഞെട്ടി. "ആൽഫ്രഡ് രാജാവ് എന്താണ് ചെയ്തത്?" രാജാവു ചോദിച്ചു.

"ഓ, അതാണോ? ശത്രുവിന്റെ കോട്ട പിടിക്കാൻ അദ്ദേഹം കുതിരപ്പടയെ അയച്ചു. ശത്രുവിന്റെ കുതിരപ്പട വന്നപ്പോഴോ, കാലാൾപ്പടയെവിട്ട് അവരെ നേരിടാൻ നോക്കി. കുതിരപ്പടയെ നേരിടാൻ കുതിരപ്പടതന്നെ വേണമെന്ന് ആർക്കാണറിയാത്തത്? അതുപോലെ കോട്ടയിൽ നുഴഞ്ഞു കടക്കാൻ കാലാളുകളാണ് പറ്റിയതെന്നും?"

യുദ്ധവീരനെന്നു നടിച്ചു നടന്ന തനിക്ക് ശരിക്കും തെറ്റുപറ്റിയെന്ന് അപ്പോഴാണ് ആൽഫ്രഡിനു മനസ്സിലായത്.

വൃദ്ധ നൽകിയ ഭക്ഷണമെല്ലാം കഴിച്ച് അദ്ദേഹം വേഗം സ്ഥലം വിട്ടു. വൈകാതെ, തന്റെ ഭടന്മാരെയെല്ലാം സംഘടിപ്പിച്ച് വൃദ്ധ പറഞ്ഞ പ്രകാരം പട നയിച്ചു. ആ യുദ്ധത്തിൽ അദ്ദേഹം വിജയിക്കുകയും ചെയ്തു.

57

തെറ്റ് ആരുടെ?

പണ്ട് കോസലത്ത് സല്‍ക്കീര്‍ത്തി എന്നൊരു പണ്ഡിതനു ണ്ടായിരുന്നു. അദ്ദേഹത്തിന് രണ്ട് ശിഷ്യന്മാരുണ്ട് – ശക്തിഭ ദ്രനും മണിഭദ്രനും. അതിബുദ്ധിമാനും സൂത്രക്കാരനുമാണ് ശക്തി ഭദ്രന്‍. എന്നാല്‍ മണിഭദ്രനാവട്ടെ, കഠിനാദ്ധ്വാനിയാണ്, പാവ വും!

ഒരിക്കല്‍ സല്‍ക്കീര്‍ത്തി ഒരു തീര്‍ത്ഥയാത്രയ്ക്കൊരുങ്ങി. കുറേനാള്‍ നീണ്ടു നില്‍ക്കുന്ന ആ യാത്രയ്ക്കു പോകുംമുമ്പ് രണ്ട് ശിഷ്യന്മാരെയും അദ്ദേഹം അടുത്തു വിളിച്ചു. എന്നിട്ടു പറഞ്ഞു:

"കുട്ടികളേ, കുറച്ചുനാള്‍ കഴിഞ്ഞേ ഞാന്‍ മടങ്ങി വരൂ. ഞാനില്ലെന്നു വച്ച് ആശ്രമത്തിലെ കാര്യങ്ങള്‍ക്ക് യാതൊരു കുറവും ഉണ്ടാവരുത്. ചെടികള്‍ക്ക് വെള്ളമൊഴിക്കണം. തോട്ടം നന്നായി സൂക്ഷിക്കണം. പശുക്കള്‍ക്ക് കൃത്യമായി തീറ്റ കൊടു ക്കാനും മറക്കരുത്!"

ശക്തിഭദ്രനും മണിഭദ്രനും ഗുരു പറഞ്ഞതെല്ലാം തലകു ലുക്കി സമ്മതിച്ചു. വൈകാതെ സല്‍ക്കീര്‍ത്തി യാത്രയാവുകയും ചെയ്തു. ഗുരു സ്ഥലം വിട്ടില്ലേ? ശക്തിഭദ്രന്‍ വേഗം ആഹാരം കഴിച്ച് കിടന്നുറക്കമായി. ഉറക്കം കഴിഞ്ഞെഴുന്നേറ്റപ്പോള്‍ അവന്‍ പുറത്തെവിടെയോ ഒന്നു ചുറ്റിയടിക്കാന്‍ പോയി. രാത്രി വളരെ

വൈകി തിരിച്ചെത്തിയ ഉടനെ വീണ്ടും കിടന്നുറങ്ങുകയും ചെയ്തു.

എന്നാൽ പാവം മണിഭദ്രനോ? ഗുരുവിന്റെ വാക്കുകൾ ധിക്ക രിക്കാൻ അവനു മനസ്സു വന്നില്ല. അതുകൊണ്ട് വളരെ കഷ്ട പ്പെട്ടാണെങ്കിലും ഗുരു ഏൽപ്പിച്ചിരുന്ന എല്ലാ പണികളും അവൻ തന്നെ ചെയ്തു. അന്നു മാത്രമല്ല, പിന്നീട് എല്ലാ ദിവസവും ഇതായിരുന്നു സ്ഥിതി.

അങ്ങനെ ദിവസങ്ങൾ കടന്നുപോയി. തീർത്ഥയാത്ര കഴിഞ്ഞ് സൽക്കീർത്തി തിരിച്ചെത്തേണ്ട സമയമായി. ഗുരുവിനെ ദൂരെ കാണേണ്ട താമസം, ശക്തിഭദ്രൻ ഒരു വമ്പൻ കുടത്തിൽ വെള്ളമെടുത്ത് ചെടി നനയ്ക്കാൻ തുടങ്ങി. അപ്പോൾ പശു ക്കൾക്ക് തീറ്റ കൊടുക്കുകയായിരുന്നു മണിഭദ്രൻ.

ആശ്രമത്തിലെത്തിയ ഗുരുവിനെ രണ്ടുപേരും വന്ദിച്ചു. അപ്പോഴാണ് മുറ്റത്ത് ഒരു കുടം പൊട്ടിച്ചിതറിക്കിടക്കുന്നത് സൽക്കീർത്തി കണ്ടത്. തലേന്ന് മണിഭദ്രന്റെ കൈയിൽനിന്നും അബദ്ധത്തിൽ വീണു പൊട്ടിയതായിരുന്നു അത്.

"ഗുരോ, മണിഭദ്രനാ കുടം പൊട്ടിച്ചത്!" ശക്തിഭദ്രൻ ഉത്സാ ഹത്തോടെ പറഞ്ഞു.

സൽക്കീർത്തി ചോദ്യഭാവത്തിൽ മണിഭദ്രനെ നോക്കി. അപ്പോൾ മണിഭദ്രൻ പറഞ്ഞു: "ശരിയാണ് ഗുരോ. ഞാനൊറ്റ യ്ക്കാണ് ഈ ദിവസങ്ങളത്രയും എല്ലാ ജോലികളും ചെയ്തത്. ഇന്നലെ ക്ഷീണിച്ച് വെള്ളം കൊണ്ടുപോകുമ്പോൾ അബദ്ധ ത്തിൽ കുടം താഴെ വീണ് പൊട്ടിയതാണ്. അടിയനോട് ക്ഷമി ക്കണം!"

ഇതുകേട്ട് സൽക്കീർത്തിയുടെ മുഖം ചുവന്നു. "ഹും, എങ്കിൽ തെറ്റുകാരൻ നീയല്ല, അലസനായി ഇവിടെ കഴിഞ്ഞ ശക്തിഭ ദ്രനാണ്! അതിനു ശിക്ഷയായി അടുത്ത രണ്ടാഴ്ച എല്ലാ ജോലി കളും ശക്തിഭദ്രൻ ചെയ്യട്ടെ!"

ഗുരുവിന്റെ വാക്കുകേട്ട് ശക്തിഭദ്രൻ ഒന്നും മിണ്ടാനാവാതെ തലതാഴ്ത്തി.

58

കിളിക്കുഞ്ഞിന്റെ അത്യാഗ്രഹം

മഞ്ഞുകാലമായപ്പോൾ സൈകതവനത്തിലെ കിളികളെല്ലാം തണുപ്പു കുറഞ്ഞ അയൽനാടുകളിലേക്ക് പറന്നുപോയി. പക്ഷേ, രൈര എന്ന കിളിക്കു മാത്രം പോകാനായില്ല. കാരണം അവളുടെ കുഞ്ഞ്, മുട്ട വിരിഞ്ഞു പുറത്തുവന്നിട്ട് ഒരാഴ്ചയേ ആയിട്ടുള്ളൂ! കുഞ്ഞുമായി എങ്ങനെ ദൂരേക്കു പറക്കും?

അക്കൊല്ലത്തെ മഞ്ഞ് കടുത്തതായിരുന്നു. ഒരാഴ്ച കഴിഞ്ഞപ്പോഴേക്കും കാടു മുഴുവൻ മഞ്ഞുമൂടി. കുഞ്ഞിക്കിളി തണുത്തു മരവിക്കാൻ തുടങ്ങി. തണുപ്പു സഹിക്കാനാവാതെ അതുറക്കെ കരഞ്ഞു.

രൈരയ്ക്ക് ആകെ സങ്കടമായി. ഒരു തീക്കനൽ കിട്ടിയിരുന്നെങ്കിൽ അതു പഞ്ഞിയിൽ പൊതിഞ്ഞ് മരക്കൊമ്പിൽ വച്ചാൽ ഇത്തിരി ചൂട് കിട്ടുമായിരുന്നു. പക്ഷേ, കാട്ടിലെങ്ങും തീ കാണാനേയില്ല.

രാത്രിയിൽ രൈര ദുഃഖിതയായി കൂട്ടിലിരുന്നു. അപ്പോഴാണ് അവളുടെ കൂട്ടുകാരായ ഒരു പറ്റം മിന്നാമിന്നികൾ അവിടെയെത്തിയത്. രൈരയുടെ സങ്കടം മിന്നാമിന്നികൾക്ക് മനസ്സിലായി. അവർ പറഞ്ഞു:

"നീയൊരു കാര്യം ചെയ്യൂ. അടുത്ത ഗ്രാമത്തിൽ പോയി ഒരു തീക്കനൽ കൊണ്ടുവരൂ. അതുവരെ ഞങ്ങളിവളെ നോക്കി

ക്കോളാം!"

കുഞ്ഞിനെ മിന്നാമിന്നികളെ ഏല്പിച്ച് രൈര ഗ്രാമത്തി ലേക്ക് പറന്നു. മിന്നാമിന്നികൾ കിളിക്കുഞ്ഞിനു ചുറ്റും വട്ടമിട്ടി രുന്ന് അവരുടെ ദേഹത്തെ വിളക്കുകൾ തെളിയിച്ചു. കിളിക്കു ഞ്ഞിന് നേരിയ ചൂടുകിട്ടി.

പക്ഷേ, രൈരയുടെ കുഞ്ഞ് അത്യാഗ്രഹിയായിരുന്നു. ഇളം ചൂടുകിട്ടിയപ്പോൾ അതിന് ഇനിയും ചൂടു വേണമെന്നായി. "എനിക്ക് ഇനിയും ചൂടുവേണം!", എന്നുപറഞ്ഞ് അവൾ ഉറക്കെ കരയാൻ തുടങ്ങി.

മിന്നാമിന്നികൾ അവരുടെ ദേഹത്തെ വെളിച്ചം കൂടുതൽ കൂടുതൽ മിന്നിച്ചു. എന്നിട്ടും കിളിക്കുഞ്ഞിനു മതിയായില്ല.

പക്ഷേ, ഇതിനിടെ ശക്തി ക്ഷയിച്ച മിന്നാമിന്നികൾ ഓരോ ന്നായി കൂട്ടിൽ തളർന്നു വീഴാൻ തുടങ്ങിയിരുന്നു. അവയുടെ ദേഹത്തെ വെളിച്ചവും ചൂടും കെട്ടുപോയി. കൂരിരുട്ടിൽ ഭയന്നു വിറച്ച് കിളിക്കുഞ്ഞ് നിലവിളിച്ചു. ഒടുവിൽ തണുപ്പേറ്റ് അവൾ മരവിച്ച് ബോധം കെട്ടുപോയി.

നേരം പുലരാറായപ്പോൾ രൈര ഒരു തീക്കൊള്ളിയുമായി എത്തി. അവൾ കൂട്ടിലേക്കു നോക്കിയപ്പോഴോ? തന്റെ കുഞ്ഞ് അതാ തണുത്തു മരവിച്ചു കിടക്കുന്നു! തൊട്ടടുത്ത് മിന്നാമിന്നി കളുമുണ്ട്.

നടന്ന കാര്യങ്ങളെല്ലാം മിന്നാമിന്നികൾ രൈരയോടു പറ ഞ്ഞു. അവരെല്ലാം ചേർന്ന് തീക്കൊള്ളി കൊളുത്തി കിളിക്കു ഞ്ഞിന് ചൂടുപകർന്നു. വൈകാതെ കിളിക്കുഞ്ഞ് കണ്ണു തുറ ന്നു.

രൈര പറഞ്ഞു: "കുഞ്ഞേ, അത്യാഗ്രഹം ആപത്താണ്. ഉള്ളത് സൂക്ഷിച്ചുപയോഗിച്ചാലേ അതു കാലങ്ങളോളം നില നിൽക്കൂ. ധൂർത്തടിച്ചു തീർത്താൽ പിന്നെ അത്യാവശ്യത്തിനു പോലും ഉണ്ടാവില്ല!"

തന്റെ തെറ്റു മനസ്സിലായ കിളിക്കുഞ്ഞ് കുറ്റബോധത്തോടെ തല കുനിച്ചു.

59

ആയുധത്തിന് വരം!

നല്ല ബലവാനായ ഒരാളായിരുന്നു രംഗരാജ്. വിദർഭയിലെ ശിവപുരം എന്ന ഗ്രാമത്തിലായിരുന്നു അയാളുടെ താമസം.

ധാരാളം പണം ഉണ്ടാക്കണമെന്നായിരുന്നു രംഗരാജിന്റെ ആഗ്രഹം. അതിനായി എന്തു പണിയെടുക്കാനും അയാൾക്ക് വിരോധമില്ല.

അങ്ങനെയിരിക്കെ വിദർഭയിലെ രാജാവ് പുതിയ ഒരു കൊട്ടാരം പണികഴിപ്പിക്കാൻ തീരുമാനിച്ചു. അതിന് ധാരാളം കല്ലും മരവുമെല്ലാം വേണ്ടിവരുമല്ലോ. കൊട്ടാരം പണിയുടെ ഏതെങ്കിലും ജോലി തനിക്കു കിട്ടുമോ എന്നായി രംഗരാജിന്റെ ആലോചന.

വൈകാതെ അയാൾ കൊട്ടാരത്തിലെത്തി. കൊട്ടാരം പണി യുടെ ചുമതലയുള്ള ഉദ്യോഗസ്ഥനെ ചെന്നു കണ്ടിട്ടു പറഞ്ഞു: "അങ്ങുന്നേ, പുതിയ കൊട്ടാരത്തിന് ധാരാളം മരങ്ങൾ വേണ്ടി വരുമല്ലോ. പത്തു ദിവസത്തിനകം നൂറു മരങ്ങൾ ഞാൻ കാട്ടിൽ പോയി വെട്ടിത്തരാം!"

ഉദ്യോഗസ്ഥന് സന്തോഷമായി. അയാൾ നല്ല മൂർച്ചയുള്ള ഒരു മഴു രംഗരാജിനു സമ്മാനിച്ചു. മരം വെട്ടാൻ അനുവാദം നൽകുകയും ചെയ്തു.

രംഗരാജൻ ഉടനെ കാട്ടിലെത്തി മരങ്ങൾ വെട്ടി വീഴ്ത്താൻ

തുടങ്ങി. അന്ന് പതിനാറു മരങ്ങൾ വീഴ്ത്താൻ അയാൾക്കു കഴി ഞ്ഞു! 'ഇക്കണക്കിന് എനിക്ക് നൂറിലധികം മരങ്ങൾ പത്തു നാൾക്കകം വെട്ടി വീഴ്ത്താനാവും!' അയാൾ സന്തോഷത്തോടെ സ്വയം പറഞ്ഞു.

എന്നാൽ പിറ്റേന്ന് രംഗരാജിന് പന്ത്രണ്ടു മരങ്ങളേ മുറി ക്കാനായുള്ളൂ. അതിനടുത്ത ദിവസം ഒമ്പതും! നാലാം ദിവസ മാകട്ടെ മരത്തിന്റെ എണ്ണം അഞ്ചായിത്തീർന്നു. അതിന്റെ പിറ്റേന്ന് വെറും നാലെണ്ണവും!

രംഗരാജിന് അതു കണ്ടു വിശ്വസിക്കാനായില്ല. 'കഷ്ടം! എന്റെ ശക്തിയെല്ലാം ക്ഷയിച്ചു പോയിരിക്കുന്നു!' അയാൾ വിചാ രിച്ചു. ഏറ്റെടുത്തപണി തീർത്തില്ലെങ്കിൽ പണം കിട്ടില്ലെന്നു മാത്ര മല്ല. ശിക്ഷ ലഭിക്കുകയും ചെയ്യും.

അപ്പോഴാണ് ഒരു സന്ന്യാസി ആ വഴി വന്നത്. വിഷമിച്ചിരി ക്കുന്ന രംഗരാജിനോട് അദ്ദേഹം കാര്യമെന്തെന്നു തിരക്കി. തനിക്കുണ്ടായ അനുഭവം വിവരിച്ച് അയാൾ ചോദിച്ചു: "മഹാ ത്മാവേ, അങ്ങേക്ക് പല ദിവ്യശക്തികളും അറിയാമായിരിക്കുമ ല്ലോ. ചോർന്നുപോയ എന്റെ ശക്തി തിരികെ കിട്ടാൻ എന്നെ ങ്കിലും വരം നൽകി എന്നെ അനുഗ്രഹിച്ചാലും!"

ഇതുകേട്ട് സന്ന്യാസി പുഞ്ചിരിച്ചു. എന്നിട്ടു ചോദിച്ചു: "കു ഞ്ഞേ, നീ നിന്റെ മഴുവിന്റെ മൂർച്ച ഇടയ്ക്കിടെ പരിശോധിക്കാ റുണ്ടോ?"

രംഗരാജ് ഇല്ലെന്നു തലയാട്ടി. അപ്പോൾ സന്ന്യാസി പറ ഞ്ഞു: "എങ്കിൽ നിന്റെ മഴുവിനാണ് അനുഗ്രഹം വേണ്ടത്! അതിനു ഞാൻ ആവശ്യമില്ല. നീ ചെന്ന് മഴുവിന് മൂർച്ച കൂട്ടു കയേ വേണ്ടൂ! പ്രവൃത്തിക്കാനുള്ള ആവേശം മാത്രം പോരാ; ആയുധത്തിന്റെ കഴിവുകൂടി ഉറപ്പു വരുത്താനുള്ള ബുദ്ധിയും ഉണ്ടാവണം!"

സന്ന്യാസിയോടു നന്ദി പറഞ്ഞ് രംഗരാജ് മഴുവിന്റെ മൂർച്ച കൂട്ടി. വാഗ്ദാനം ചെയ്തപോലെ നൂറു മരങ്ങൾ വെട്ടിവീഴ്ത്താൻ അയാൾക്കു കഴിയുകയും ചെയ്തു.

www.ingramcontent.com/pod-product-compliance
Lightning Source LLC
LaVergne TN
LVHW041657190726
843493LV00007B/1839

9 789384 445010